AF866345

# DỤ NGÔN CỦA DÒNG SÔNG

Truyện vừa

# DỤ NGÔN CỦA DÒNG SÔNG

**Trần C. Trí**

TRANH

**Cẩm Tâm**

**Nhân Ảnh**
2023

Copyright © 2023 by **Trần C. Trí & Cẩm Tâm**

Published by **Nhân Ảnh Publisher**
Cover designed by **Uyên Nguyên Trần Triết**

Printed in the United States of America

Trang trọng cảm tạ

Hoạ sĩ **Trình Xuân Thảo**
*Chân dung* Cẩm Tâm

Hoạ Sĩ **Đặng Ngọc Sinh**
*Chân dung* Trần C. Trí

# MỤC LỤC

# Phần I

# Khởi Thuỷ

# CHƯƠNG 1

Tôi và Thuỷ Trúc hẹn gặp nhau ở ga xe lửa lúc mười giờ sáng. Từ nhà tôi đi bộ lên ga mất mười lăm phút. Tôi đến nơi thì đồng hồ trên nóc nhà ga đã chỉ mười giờ mười. Tới chỗ hẹn, tôi thấy Thuỷ Trúc mặt mày bí xị:

"Tưởng mày cho tao ăn thịt thỏ rồi chớ! Tao định đi về đây."

Tôi ôm vai Thuỷ Trúc, cười làm hoà:

"Cho tao xin lỗi. Tại má tao sai chạy ra chợ mua bó rau. Phải làm bộ như không có gì gấp để má tao khỏi nghi chớ mày!"

Hôm qua, tôi nói láo với má tôi thật ngọt ngào, trơn tru: "Má, ngày mai con lên Võ Cạnh ăn bánh xèo ở nhà dì Bảy, mốt con mới về."

Má nhíu mày:

"Nhà người ta toàn là con trai, con ngủ lại không thấy chướng hay sao?"

Tôi vờ phụng phịu:

"Con có rủ con Thuỷ Trúc đi theo cho có bạn. Dì Bảy đã biểu anh Nhân nhường phòng ảnh cho tụi con một đêm rồi."

Má tôi lắc đầu ngao ngán:

"Vậy ra con đã sắp xếp hết, còn bày đặt hỏi má làm chi nữa? Đi đâu đó thì đi! Lên nhà người ta liệu mà ăn với nói. Dì Bảy mà kêu má mắng vốn thì con chết với má!"

Tôi tủm tỉm cười một mình khi nhớ lại lời má tôi doạ. Thuỷ Trúc kéo tay tôi về phía phòng đợi. Ánh nắng buổi sáng rực rỡ tưới lên những đoá hoa mười giờ tươi tắn ở hai dãy bồn hoa trước nhà ga. Không khí ga xe lửa thật nhộn nhịp. Chuyến tàu hai đứa tôi sắp đi là tàu chợ nên quanh chúng tôi toàn là những kẻ đi buôn. Nào quang gánh, bao bị, gà vịt ngổn ngang khắp gian phòng đợi tàu. Tôi và Thuỷ Trúc phải đứng một góc vì những băng ghế đã bị mọi người chiếm cả. Hình như họ đã ngủ vật vờ từ đêm qua đến giờ.

Thuỷ Trúc bấm tay tôi:

"Mày giữ túi tiền cho kỹ nghe Thuỳ Linh. Để bị móc túi từ đây tới Tháp Chàm là tao với mày có nước đi xin để mua vé về lại Nha Trang đó!"

Tôi hết hồn bấu chặt lấy túi quần. Đây là lần đầu tiên tôi dám đi tàu chợ với toàn dân anh chị lăn lóc, buôn gánh bán bưng. Tôi giữ nhiệm vụ cất tiền, còn Thuỷ Trúc mang cái xắc nhỏ đựng vài bộ quần áo của hai đứa. Lỡ mà bị cướp giật thì... tôi chợt lầm bầm van vái trời phật phù hộ cho hai đứa đi đến nơi về đến chốn!

Đúng mười một giờ kém mười lăm, tiếng còi của chuyến xe lửa Tháp Chàm–Nha Trang rú lên từng hồi. Cả phòng đợi nhốn nháo hẳn lên. Đoàn tàu đang từ từ tiến vào ga. Ai nấy lo gom góp hành lý, đồ đạc và tranh nhau đổ ra sân ga. Thuỷ Trúc nói như hét vào tai tôi:

"Giữ chặt túi tiền, tay kia nắm lấy tay tao để khỏi lạc!"

Thuỷ Trúc lôi tôi đi xềnh xệch. Đoàn tàu chưa ngừng hẳn mà từ trên các toa xe người ta đã vất những gói hàng, những bó củi xuống mặt đất. Người trên xe cứ xuống, kẻ dưới đất cứ lên, không ai nhường ai cả. Tôi bấu chặt lấy cổ tay Thuỷ Trúc như một chỗ bám víu chắc chắn cuối cùng giữa rừng người hỗn độn này. Thuỷ Trúc tháo vát như một đứa con trai. Nó hùng dũng kéo tôi đi, dạt tất cả những kẻ lên người xuống và lôi tuột tôi vào bên trong toa. Tôi đi theo nó như kẻ mộng du. Hai đứa may mắn tìm được một chỗ ngồi kế bên cửa sổ. Yên vị rồi, Thuỷ Trúc đắc thắng nhìn tôi:

"Mày có bị trầy trụa gì không?"

Tôi lắc đầu, nhưng thấy ê ẩm cả người vì những va chạm lúc chen lấn. Thuỷ Trúc ung dung rút lược ra chải tóc. Tôi kêu lên:

"Mày quên là đi xe đi cộ phải cữ chải đầu sao?"

Thuỷ Trúc bĩu môi:

"Bà cụ non tin dị đoan dữ! Mày cũng nên chải lại cái tổ quạ của mày đi. Ngó mày giống bà khùng quá! Xe lửa chưa chạy, điều dị đoan của mày chưa ứng nghiệm đâu."

Tôi miễn cưỡng đỡ lấy cái lược từ tay Thuỷ Trúc, chải sơ lại mái tóc. Toa xe nồng nặc một mùi "đặc trưng" của các chuyến tàu lửa: một tổng hợp của mùi mồ hôi người, mùi gà vịt, mùi nước mắm và cả trăm thứ mùi không tên khác. Thuỷ Trúc chun mũi:

"Thuỳ Linh nè, chuyến đi của tụi mình thơ mộng lắm đó. Về nhớ ghi hết từng tiểu tiết vô nhật ký nghe!"

Tôi mắc cỡ đánh vào vai nó một cái. Toa xe bây giờ đã đầy nghẹt người như hộp cá mòi, không còn chỗ qua lại, người lên sau phải ngồi tràn ra cả lối đi ở giữa. Vậy mà những đứa trẻ bán hàng rong thật tài tình, một tay bưng rổ bánh trái, chúng thoăn thoắt len lỏi giữa đám hành khách, liến thoắng mời chào mọi người mua hàng.

Bỗng nhiên đoàn toàn rùng mình một cái, rồi các toa xe nặng nề chuyển bánh. Nhà cửa hai bên đường rầy lùi lại dần dần, nhường chỗ cho những cánh đồng xanh ngăn ngắt. Tôi thò đầu ra cửa sổ hít hà mùi thơm trong trẻo của ruộng lúa. Vài cánh chim bay lả lướt trên các ngọn lúa non, nổi bật trên những đám mây trắng từ xa xa. Ra khỏi thành phố, đoàn tàu tăng tốc độ, chạy băng băng. Gió tạt vào trong toa mát rượi. Thuỷ Trúc ngả đầu vào thành ghế, giọng nhừa nhựa:

"Tao chợp mắt một chút đây. Mày canh cho tao ngủ nghe Thuỳ Linh!"

Tôi lơ đãng gật đầu, tầm mắt thả về phía đồng ruộng mênh mông ngoài cửa sổ. Tôi tự hỏi bây giờ ở Phước Thiện Vũ đang làm gì. Chắc anh sẽ ngạc nhiên lắm lúc thấy tôi và Thuỷ Trúc bước vào nhà. Tôi mỉm cười khi nghĩ đến cảnh đó. Chưa bao giờ tôi tưởng tượng mình sẽ ngồi trên một đoàn tàu chợ như bây giờ để đi đến một vùng quê hoàn toàn xa lạ: thôn Phước Thiện. Mấy tháng trước đây, cùng với sự đổi đời chung của cả nước, cuộc sống bình lặng của riêng tôi cũng thay đổi hẳn.

# CHƯƠNG 2

Sau bảy mươi lăm, chính quyền cộng sản bắt nữ sinh học chung với nam sinh chứ không còn riêng rẽ như trước. Trong lớp, tôi bị bắt ngồi cách Thuỷ Trúc bởi một tên con trai bốn mắt tên Phạm Quốc Vũ. Mụ giáo già miền Bắc, răng vẩu, mặc áo vải quần đen vào lớp, bảo rằng xếp nam nữ ngồi xen kẽ như vậy cho tụi tôi đỡ nói chuyện. Nhưng kết quả trái ngược hẳn. Sau một tuần lễ đầu ngượng ngập, lớp tôi hầu như đứa nào cũng tương đắc với người bạn khác phái bên cạnh. Thậm chí tôi còn thấy lớp học có một không khí mới mẻ, thú vị nữa là khác.

Trong lúc Thuỷ Trúc và tên con trai ngồi kế nó cứ kê nhau chan chát, chọc nhau hằng ngày, thì tôi và Vũ lại rất tâm đầu ý hợp. Cùng với mười mấy người khác trong lớp, Vũ là chủng sinh của chủng viện Sao Biển Nha Trang đã bị cộng sản đóng cửa, dồn tất cả ra học chung với những kẻ "ngoài đời" như chúng tôi. Chủng sinh có khác, hầu hết bọn họ đều học xuất sắc, ngoài ra còn đàn hay, hát giỏi. Lớp chúng tôi học sinh ngữ chính là Anh văn nhưng Vũ và tôi lại thích chuồi cho nhau những mẩu giấy nhỏ viết bằng tiếng Pháp, nói đủ chuyện vớ vẩn trong giờ học.

Lớp học bắt đầu được khoảng một tháng thì tôi đã nghe mấy mụ o nhọn mồm trong lớp xì xầm với nhau:

"Con Thuỳ Linh đang cua thằng Vũ đó tụi bây ơi!"

Một đứa khác tàn ác hơn:

"Xấu như Chung Vô Diệm, không biết thân phận mà còn đèo bòng!"

Lần đó, tôi đã bỏ giờ học cuối, chạy như bay về nhà. Vô phòng đóng chặt cửa lại, tôi để nước mắt mặc tình tuôn trào. Trời đất, tôi chưa bao giờ dám nghĩ đến chuyện "cua" Vũ, tôi chỉ coi Vũ như bạn thôi. Tôi biết thân phận tôi lắm chứ! Tôi lết tới tấm gương trên vách, nhìn vào một khuôn mặt đang nhoè nhoẹt nước mắt. Cái bớt đỏ thắm to bằng một bàn tay nằm vắt ngang trên má trái của tôi như một cái tát đau điếng của cuộc đời tặng cho tôi. Gương mặt tôi không đến nỗi tệ, nhưng cái bớt làm cho nó trở thành khó coi, một nhan sắc bất ổn, khó giải thích. Lũ bạn gái của tôi, trừ Thuỷ Trúc, đã lần lượt có bồ cả rồi. Còn tôi chưa hề nghĩ đến chuyện đó. Với gương mặt kỳ cục, tôi mặc nhiên xem mình đã ở ngoài cuộc chơi. Nỗi buồn u uẩn càng làm cho nét mặt tôi thêm trì nặng, não nề. Cuộc sống kham khổ của mọi người chung quanh và của chính tôi sau ngày mất nước khiến tôi chỉ còn một niềm vui duy nhất là miệt mài học tập. Niềm vui đó, lắm lúc, cũng trở thành chua chát vì các môn học mới mang nặng những tuyên truyền xảo trá.

Thuỷ Trúc mới chính là niềm an ủi cuối cùng của tôi. Với nó, tôi không giấu giếm một chút gì. Thuỷ Trúc tánh tình như con trai nên chưa có anh chàng nào đủ sức che chở nó. Vậy mà đối với tôi, nó là người biết lắng nghe, biết thông cảm với những điều tôi san sẻ. Chỉ mới quen nhau sau ngày mất nước, Thuỷ Trúc và tôi như đã thân nhau tự kiếp nào. Hai đứa quấn quýt nhau, lúc học cũng như lúc chơi. Biết chuyện xầm xì trong lớp Thuỷ Trúc tức giận nói với tôi:

"Mày hiền quá hoá ngu, Thuỳ Linh à. Đứa nào cả gan nói lọt tai mày những câu đó, sao mày không vả vào mồm nó?"

Tôi cười buồn:

"Mình không có như nó nói thì thôi, hơi đâu! Còn nó nói tao là Chung Vô Diệm thì đúng quá rồi, không lẽ tao đi tát cái đứa dám nói sự thật?"

Thuỷ Trúc nghiến răng:

"Phải rồi, tụi nó thì đứa nào diện mạo cũng đẹp đẽ hết, mà miệng lưỡi thì như rắn độc. Bữa nào tao sẽ chửi một mách cho xấu mặt luôn."

Nhưng... có một đêm Thuỷ Trúc rủ tôi đi uống cà-phê ở quán Thu Vàng. Cà-phê đặc quá, tối về tôi không sao ngủ được, hai mắt cứ mở trừng trừng trong đêm tối. Tôi trăn qua trở lại trên giường, đầu óc tỉnh như sáo. Tôi nhìn qua cửa sổ. Ánh trăng vằng vặc soi qua vuông cửa. Đêm im lặng quá. Chỉ nghe tiếng đồng hồ tích tắc nặng nề trên vách. Trời đang đứng gió mà sao tự dưng lòng tôi lạnh lẽo khôn hàn. Trong đêm tối, từ những ngõ ngách sâu thẳm của hồn tôi bỗng vang lên những tiếng gọi mơ hồ như từ một tiền kiếp nào xa xôi. Đã lâu lắm rồi tôi mới có một đêm không ngủ như đêm nay. Trong khoảnh khắc lắng đọng này, tôi như nghe rõ những tiếng vọng thầm thì của cuộc sống, cuộc sống mà trong đó tôi cứ trải qua từng ngày nhưng ít khi nhìn ra nó. Bên cạnh những niềm vui với gia đình, có phải từ lâu nay tôi vẫn thiếu đi một điều gì cần thiết? Trong cảm giác bơ vơ, lạnh lẽo, tôi bỗng bàng hoàng thấy hình ảnh của Vũ chợt hiện đến như một vỗ về nồng ấm. Thôi chết rồi! Mấy đứa nhiều chuyện trong lớp tôi nói vậy mà trúng phóc. Tôi ngồi dậy trong ánh trăng đang phủ đầy chiếc giường nhỏ của mình, lặng lẽ để nước mắt rơi. Tôi đã đi xa quá mức rồi. Tôi vẫn chưa quên câu chuyện hôm trước với Vũ. Hôm đó, tôi hỏi Vũ:

"'Cách mạng' đóng cửa chủng viện rồi, Vũ làm sao học tiếp để trở thành *frère*?"

Vũ mơ màng:

"Vũ không muốn trở thành *frère* nữa. Vũ muốn về quê lấy vợ. Cô bạn của Vũ tên Ái. Lỡ sau này Vũ chết, Thuỳ Linh có chịu thay Vũ săn sóc Ái giùm không?"

Lúc đó tôi nhớ là mình đã bật cười vì ý nghĩ kỳ cục đó của Vũ, nhưng cũng sốt sắng đáp:

"Chịu chớ! Khi nào có dịp Vũ giới thiệu Ái với Linh đi!"

Rồi tôi nhủ thầm: "Vậy là khoẻ! Mình thì xấu xí, mà Vũ thì sắp cưới vợ, làm sao có chuyện gì xảy ra được?"

"Chuyện gì" đó chính là lúc tôi nhận ra cảm xúc bàng hoàng của mình trong đêm mất ngủ, tuy là chỉ mình tôi biết, và sau đó là Thuỷ Trúc. Nó ái ngại nhìn tôi:

"Mày biết là không đi tới đâu cả, còn bày đặt làm chi cho khổ thân vậy?"

Tôi mím môi:

"Tự nó vậy chớ tao bày đặt hồi nào? Dĩ nhiên là chẳng đi tới đâu hết. Tao kể cho mày nghe chơi vậy thôi."

# CHƯƠNG 3

Kể từ lúc khám phá ra tình cảm của mình đối với Vũ, tôi cũng bối rối lắm. Nhưng được ít lâu thì tôi bình tĩnh trở lại. Biên giới giữa tôi với Vũ, cũng như với tất cả những người khác, đã quá rõ ràng. Thôi thì suốt đời có lẽ tôi cũng chỉ quanh quẩn trong cái vòng tròn muộn phiền của mình. Tôi bị kéo vào mọi khổ đau chung và riêng của thiên hạ, nhưng lại đứng bên lề những niềm vui. Đôi lúc tôi vẫn tự an ủi mình là hãy còn nhiều diễm phúc, còn một cuộc sống tương đối thong thả giữa lúc xã hội ngày càng lầm than. Vả chăng tình bạn của tôi với Vũ cũng chẳng có gì bất ổn. Trái lại, nó còn đem đến cho tôi những niềm vui nho nhỏ, nhẹ nhàng. Mỗi sáng tôi đến lớp với tâm trạng phấn chấn. Có một hạnh phúc nhỏ nhoi đang chờ tôi trong lớp học, dẫu tôi biết nó rất đỗi mong manh, tựa sương tựa khói. Tôi phớt lờ hết những lời đàm tiếu trong lớp. Tôi hiểu cho tôi, Thuỷ Trúc hiểu cho tôi là đủ rồi.

Trước dịp nghỉ hè, nhà trường "xã hội chủ nghĩa" tổ chức bắt học sinh hai lớp cuối bậc trung học đi lao động khai hoang ở Sông Cầu, một vùng rừng rậm hoang vu ở phía bắc

Nha Trang. Trong lúc những đứa khác tỏ ra bất mãn với công tác này thì tôi lại thích thú ngầm biến nó thành một cuộc picnic thú vị. Tại sao mình lại không nhìn những điều phiền toái từ một góc cạnh lạc quan được nhỉ? Con trai đi lao động thì cực thật, nhưng con gái bọn tôi đi theo chỉ để làm "thợ vịn", làm "hậu cần", lo nấu nướng, làm vệ sinh trong trại thôi. Không có "cách mạng", cả đời tôi làm gì biết được những khu rừng già ở Sông Cầu này! Rừng bát ngát, cây cối chằng chịt, nhất là những cây mây cao vút đan vào nhau, chỉ có những kẽ hở rải rác đủ cho nắng len lỏi qua. Tiếng ve rừng kêu triền miên không dứt, nghe thật não nùng giữa một vùng rừng núi thâm u. Đây là trung tâm truyền bệnh sốt rét, Thuỷ Trúc bảo vậy. Nó đã chuẩn bị sẵn cho hai đứa một gói ớt hiểm và một bó nhang, để phòng sốt rét!

Lên đến Sông Cầu, sắp xếp đồ đạc xong xuôi, Thuỷ Trúc hăm hở kéo tôi ra ven suối, lựa một chỗ thật vắng vẻ. Nó bảo tôi ngồi xuống, nói giọng nghiêm trang:

"Chuyện này phải không ai thấy mới linh ứng! Trai bảy vía, gái chín vía, tụi mình con gái thì mỗi đứa nuốt trọng chín trái ớt hiểm với nước lạnh, rồi thắp nhang van vái các oan hồn vất vưỡng nơi rừng thiêng nước độc này phù hộ cho khỏi bị vi trùng sốt rét nhập vào người."

Con quỷ sứ này cũng một cây tin dị đoan, vậy mà nó vẫn thường khích bác tôi về chuyện này. Tuy nhiên, vì sợ sốt rét, tôi cũng bặm gan, nín thở nuốt hết chín trái ớt rồi nốc nước lạnh vào. Mùi nhang thơm ngát bay phảng phất giữa vùng rừng núi mênh mông khiến tôi rùng mình tưởng tượng đang có những oan hồn về chứng giám cho hai đứa.

Cuộc sống "tập thể xã hội chủ nghĩa" có khác, mỗi sáng tinh mơ, rừng núi còn sương mù bao phủ dày đặc, tất cả chúng tôi đã bị dựng đầu dậy tập thể dục. Mắt nhắm mắt mở, chân nam đá chân chiêu, chúng tôi xuýt xoa trong lớp áo lạnh, vươn vai, vung tay vung chân theo tiếng còi thể dục nhịp nhàng. Điểm tâm với cháo trắng và muối xong, từng nhóm học sinh chia ra các ngả để đốn cây khai hoang rừng. Bọn con gái chúng tôi chỉ chờ những thân cây to lớn do bọn con trai đốn ngã xuống là xúm lại rọc bớt lá dồn lại một chỗ. Xế trưa là chúng tôi đã được về để lo cơm nước cho cả trại. Nước nôi để nấu ăn đã được bọn con trai lấy từ suối lên cung cấp đầy đủ. Con suối cách trại không xa, thơ mộng với những thân cây toả bóng mát hai bên bờ. Lòng suối trong vắt, nước mát rượi, nhưng chúng tôi không ai dám uống vì sợ sốt rét. Nước lấy từ suối lên phải đun sôi và khử bằng sả tươi, uống vào có một mùi hăng hăng thật khó chịu. Vậy mà đó là thứ nước uống duy nhất của bọn tôi trong suốt nửa tháng ở Sông Cầu, vì chẳng ai muốn lên đây sắm một cái "tủ lạnh" mang về nhà cả, chúng tôi nói đùa thế để chỉ bệnh sốt rét.

Sau những bữa cơm trưa, tôi và Thuỷ Trúc thường rủ nhau xuống suối chơi. Hai đứa xắn quần, ngồi trên một thân cây chìa ra lòng suối, ngâm chân trong làn nước mát lạnh, nói chuyện bâng quơ. Buổi tối, sau bữa cơm chiều, từng nhóm năm ba người tụ nhau bên ánh lửa hồng, đàn hát, trò chuyện. Ai cũng cố tìm vui cho khuây khoả những ngày bị đoạ đày cực nhọc này. Riêng Vũ và nhóm bạn chủng sinh thì họp riêng với nhau để đọc kinh và hát những bài hát vào đời. Âm điệu của những bài hát đó thật dặt dìu, êm ái, xoáy vào hồn tôi những ước mơ thầm kín, nhạt nhoà. Các bài hát gợi cho tôi một khoảng đời riêng của Vũ mà tôi chưa hề biết, để càng thấy Vũ thêm vời vợi cách xa, như một cánh chim chấp chới tận cuối chân trời.

# CHƯƠNG 4

Đêm Chủ Nhật đầu tiên ở khu lao động, chính quyền xã kế cận tổ chức buổi chiếu phim *Vĩ Tuyến 17, Ngày Và Đêm,* bọn học sinh chúng tôi được "mời" đi xem. Sau bữa cơm chiều, từng nhóm lũ lượt đi qua khu chiếu phim. Đêm đó trời có trăng, rừng núi nhuộm một màu vàng ngọt ngào của ánh trăng sơn cước. Chỉ có dăm ba người tình nguyện ở lại giữ trại. Vũ bảo tôi:

"Coi chi ba cái thứ phim tuyên truyền nhảm nhí đó! Thuỳ Linh ở lại canh trại với Vũ, tụi mình nói chuyện cho vui.

Thuỷ Trúc réo tôi:

"Mày có đi coi chiếu phim không, Thuỳ Linh?"

Tôi còn đang ngần ngừ thì nó đã láu lỉnh tiếp luôn:

"Ờ, mà thôi, mày ở lại coi chừng lán của tụi mình đi, kẻo cọp về tha quần áo mất hết!"

Cả khu trại trở nên vắng lặng hẳn, chỉ còn một hai nhóm nhỏ tụ lại với nhau, nói chuyện rì rầm. Vài đứa nhóm lên một đống lửa, ngồi vây quanh và chơi đàn guitar. Tiếng đàn trong đêm khuya nghe réo rắt, mơ màng.

Vũ và tôi nằm sấp trên lán tre, tay chống cằm ngó lên vầng trăng lúc mờ lúc tỏ sau những chòm cây. Vũ đánh diêm mồi một điếu thuốc, khói thuốc nhẹ nhàng bay chung quanh hai đứa. Tôi thấy lòng dâng lên một cảm giác êm dịu, say sưa, vô cùng mới mẻ. Từng giây phút dần qua, tôi muốn thời gian đừng bao giờ trôi nữa. Một lát sau, tôi lên tiếng trước:

"Vũ nè, sao Linh thấy Vũ lúc nào cũng có vẻ xa vắng hơn những người con trai khác trong lớp mình vậy?"

Vũ quay qua nhìn tôi, gương mặt anh đẫm ánh trăng:

"Vì sao hả? Vũ chưa bao giờ kể cho Thuỳ Linh nghe chuyện của Vũ, phải không? Chẳng có gì vui đâu, Linh à! Má Vũ mất năm Vũ mới mười hai tuổi. Buổi tối đó là lần đầu tiên má Vũ đi coi cải lương ở đầu thôn, mà cũng là lần cuối cùng. Tụi Việt Cộng đặt chất nổ ám sát ông trưởng thôn. Ổng may mắn thoát chết, nhưng dân trong thôn chết nhiều lắm, trong đó có má Vũ. Ít lâu sau, ba Vũ lấy vợ khác. Mẹ kế của Vũ cũng tử tế lắm, nhưng Vũ vẫn luôn thấy có gì đó lạt lẽo nên sau này Vũ ra Nha Trang xin vào chủng viện học. Bây giờ, như Linh thấy đó, chủng viện đã bị giải tán, nên tụi mình mới gặp nhau như vầy đây."

Tôi ngậm ngùi làm thinh, không biết nói gì, nhưng đồng thời cũng cảm thấy sung sướng khi được Vũ tâm sự. Tuy vậy, nằm bên Vũ đêm đó, tôi cũng thấy không dễ dàng gì bước vào cuộc sống của một người khác. Vũ chỉ cách tôi có vài gang tay, tôi có thể nghe hơi thở nồng ấm của anh, nhưng có một ranh giới vô hình mà tôi không sao phá vỡ được. Mỗi đứa chúng tôi đã có một đời riêng tự bao giờ, gặp nhau đây chắc không là hạnh ngộ. Có lẽ tình cảm đầu đời của mình đã làm tôi thi vị hoá tất cả những gì thuộc về Vũ. Trước kia tôi chưa bao giờ để ý tới những chủng viện, những dòng tu. Bây giờ, chỉ những tên gọi đó thôi cũng đã làm ngân lên trong tôi những âm sắc gợi cảm, êm đềm. Quê của Vũ ở Phước Thiện, nằm cách thị xã Phan Rang khoảng mười mấy cây số. Chỉ nhìn một chiếc xe đò nào mang bảng hiệu Phan Rang chạy ngang, tôi cũng thấy ngẩn ngơ, xúc động. Thật tội nghiệp cho trái tim tật nguyền của tôi! Đáng lẽ nó nên ngủ yên một giấc buồn phiền luôn mới phải.

# CHƯƠNG 5

Sáng hôm sau, tôi đã nghe những lời ong tiếng ve mới. Đang ngồi lúi húi chụm củi cho nồi nước, tôi nghe rõ ràng giọng chanh chua của con Xuân Hoài cất lên gần đó:

"Cái con đó đúng là quỷ phá nhà chay tụi bay à! Người ta tu sắp ra thầy rồi mà nó cứ đeo như sam, thiệt không biết xấu hổ!"

Con Diễm Mai rành rẽ hơn:

"Tụi mày không biết gì hết. Thầy thì cũng chẳng thầy nữa, nghe đâu người ta sắp lấy vợ rồi. Chắc nó tính giật chồng người ta đó!"

Rồi cả lũ con gái ngoa ngoắt phá ra cười hả hê. Tôi giận tím cả người, định đến hỏi cho ra lẽ, nhưng chợt nhìn vào trong lán bên con trai, thấy Vũ cũng đang ngồi nghe hết những lời độc địa đó, nên nghĩ sao tôi lại thôi. Đến bữa trưa, tôi chẳng thiết ăn uống gì, chỉ mong cả trại nghỉ trưa để tôi có dịp nói với Vũ vài lời.

Ăn uống xong, kẻ thì rủ nhau xuống suối, người thì tha thẩn vào rừng vót mây về đan rế, khu trại đã thưa thớt. Bên lán con trai, Vũ đang ngồi một mình với cây guitar. Tôi vội vã bước qua. Vũ không nhìn tôi, vờ nắn những dây đàn.

Tôi ngập ngừng nói:

"Vũ, chuyện hồi sáng..."

Vũ ngước lên, giọng lạnh lùng:

"Thôi, Thuỳ Linh à, tụi mình đừng có bạn bè gì với nhau nữa hết! Tôi cũng khổ sở nhiều lắm rồi."

Đoạn Vũ buông cây đàn xuống, xoay mặt vào trong. Tôi sững sờ quay bước trở lại phía lán của mình. Trời nắng chang chang, đầu óc tôi quay cuồng, đất như sụt lở dưới chân tôi. Chưa bao giờ tôi có cảm xúc mãnh liệt như vậy. Về tới chỗ, tôi nằm vật ra, nước mắt thi nhau chảy dài trên má. Thuỷ Trúc hốt hoảng lay tôi:

"Chuyện gì vậy, Thuỳ Linh?"

Tôi không đáp, để mặc nó đoán già đoán non. Những ngày kế tiếp ở Sông Cầu là một cực hình cho tôi. Tôi nhìn tất cả chung quanh bằng cặp mắt lạnh lùng, buồn bã. Còn Vũ thì hình như lại vui vẻ hơn trước. Anh cười nói nhiều hơn, chẳng lẽ để trêu tức tôi sao? Tôi có tội tình gì?

Tôi không làm sao giấu được vẻ ủ ê của mình. Bọn Xuân Hoài, Diễm Mai lại được dịp dài mồm ra:

"Chung Vô Diệm thất tình, tụi mày ạ!

"Đũa mốc mà chòi mâm son!"

"Đũa mốc" tôi xót xa đến tận cùng rồi, chẳng hơi đâu mà đếm xỉa đến những lời cay nghiệt đó nữa. Chỉ giận "mâm son" sao nỡ vui trên nỗi đau khổ của tôi. Thuỷ Trúc nghe tôi kể đầu đuôi, nó nổi khùng:

"Chuyện gì nghe giống con nít quá vậy? Thôi mày quên phứt hết đi! Phải thì chơi, không phải thì thôi!"

Tôi giống con nít thật. Tôi chẳng hiểu tự ái là cái gì nữa, tôi thảo một lá thư nhờ Thuỷ Trúc đưa cho Vũ. Trong đó tôi viết: "Linh không hiểu tại sao Vũ lại giận Linh. Vũ hiểu rõ tình bạn giữa hai đứa mình mà. Nhưng thôi, Vũ muốn sao cũng được. Linh chỉ muốn cho Vũ biết là, với Linh, tình cảm là một cái gì có hay không, chứ không bao giờ còn hay hết. Linh sẽ coi Vũ là một người bạn thân mãi mãi."

Khúc cải lương cuối thư chẳng rõ tôi đã cóp ở đâu nữa, nhưng cũng làm tôi cảm thấy lòng nhẹ nhõm vì đã phần nào nói ra được tình cảm tội nghiệp của mình đối với Vũ, một lần cho xong rồi thôi. Thuỷ Trúc cũng tội, nó ký ca ký cóp mang thư tôi đưa cho Vũ, rồi lại lót tót mang thư trả lời về. "Lá thư tình" đầu đời tôi nhận được chỉ vỏn vẹn mấy dòng: "Vũ xin lỗi đã làm Thuỳ Linh buồn. Thôi Linh rán thêm vài ngày nữa, Vũ sẽ trả Linh về lại Nha Trang, với cuộc sống riêng của mình."

Tôi cười lạt, xé lá thư ra thành từng mảnh nhỏ. Thốt nhiên, tôi nghiệm thấy những lời cay độc của bọn Xuân Hoài, Diễm Mai là đúng. Phải chi ngay từ những lời chê cười đầu tiên tôi đã biết dè chừng thì đâu ra nông nỗi ngày nay. Tôi đâu phải đứa con nít lên năm lên ba gì mà Vũ dỗ tôi "rán" vài ngày nữa rồi hắn sẽ "trả" tôi về lại Nha Trang? Tôi sẽ nghiến răng mà sống, tỏ vẻ bất cần, dù lòng đang tan nát.

# CHƯƠNG 6

Về lại Nha Trang, tôi thấy thành phố sao buồn quá đỗi. Những con đường ngập nắng hè, rưng rưng những đoá phượng đầu mùa trên những tàn cây xanh mướt lá. Vài ba cơn mưa đổ vội xuống rồi dứt, để lại mùi hơi đất nồng nàn dâng lên, mùi hương bất tuyệt của mùa hè. Tôi loanh quanh muộn phiền trong nhà suốt một tuần lễ, trong lòng không muốn dự buổi liên hoan chia tay của lớp tổ chức tại nhà Thuỷ Trúc chút nào. Tôi sợ phải chạm mặt Vũ. Con nhỏ nói mãi tôi mới xiêu lòng.

Hôm liên hoan tôi đã bình thản lại khá nhiều, tuy vẫn có cảm giác như một người vừa bệnh dậy. Tôi cố nói cười vui vẻ với lũ bạn trong lớp. Vũ cũng có trong đám đông đó, nhưng tôi rán dặn lòng đừng nhìn về phía anh. Đúng vào lúc không nghĩ ngợi lôi thôi gì nữa, tôi chợt bắt gặp ánh mắt Vũ nhìn tôi chăm chăm từ đằng xa. Anh nhìn tôi không rời, và trời đất ơi, hình như anh còn đang tiến lại chỗ tôi ngồi nữa kìa! Tôi bối rối, vờ như không biết, tiếp tục ăn và nói chuyện với Thuỷ Trúc. Nhưng rồi Vũ đã đứng trước mặt tôi. Anh đưa cho tôi một dĩa bánh ngọt nhỏ:

"Bánh nè, Thuỳ Linh!"

Tôi đành đưa tay ra đỡ lấy dĩa bánh, không nỡ làm Vũ cụt hứng. Vũ trầm giọng nói tiếp:

"Thuỳ Linh cho Vũ xin lỗi thật nhiều, thật nhiều!"

Cho đến bây giờ tôi vẫn không hiểu vì sao Vũ lại giận tôi, và vì sao anh lại làm hoà với tôi. Chỉ biết hôm đó tôi xúc động vô cùng. Trái tim bị thương của tôi như được băng bó, vỗ về. Tôi nghe một cảm xúc êm dịu lẫn thổn thức ngập tràn. Niềm vui tuy mong manh, cũng đủ làm tôi thoi thóp hồi sinh. Suốt buổi liên hoan còn lại, tôi váng vất như người say rượu, một cơn say êm ái tôi không muốn tan đi chút nào. Lúc cả lớp chia tay nhau, tôi đến gần Vũ hỏi:

"Khi nào Vũ về Phước Thiện?"

Vũ ân cần đáp:

"Ngày mai, Thuỳ Linh à. Linh ở lại nghỉ hè vui vẻ nghe. Hết hè tụi mình sẽ gặp lại."

Buổi sáng hôm sau, tôi dậy thật sớm, trong lòng bồn chồn, xao xuyến. Gần trưa, tôi bỗng nảy ra một ý. Sao mình không ra bến xe tiễn Vũ nhỉ? Biết đâu Vũ vẫn còn ngoài đó? Tôi vội vã dắt xe đạp, phóng như bay ra bến xe. Khi tôi đến nơi, quang cảnh đã vắng lặng lắm rồi, chỉ còn lác đác dăm chiếc xe chờ đi Ban Mê Thuột. Tôi đến quầy bán vé hỏi thăm mới biết chuyến xe Nha Trang–Phan Rang cuối cùng đã rời bến cách đó mười lăm phút. Một chút hụt hẫng dâng lên trong lòng tôi. Tôi là con bé lọ lem quên thân phận mình, cứ hoài công theo đuổi những ảo ảnh xa mờ...

# CHƯƠNG 7

Đoàn tàu từ từ đi vào ga Tháp Chàm mà Thuỷ Trúc vẫn còn say ngủ. Ai nấy thi nhau vất hành lý xuống sân ga và nhảy xuống qua cửa sổ. Tôi lay vai Thuỷ Trúc:

"Dậy đi Thuỷ Trúc, tới nơi rồi!"

Con nhỏ mở hé mắt, vươn vai:

"Chu cha, tàu chợ bữa nay sao chạy lẹ quá vậy? Tao mới chợp mắt đã tới rồi!"

Tôi liếc nhìn đồng hồ trên nóc nhà ga:

"Bốn giờ chiều rồi đó bà! Bà ngủ lâu thì có!"

Hai đứa dắt díu nhau xuống sân ga. Nếu không có Thuỷ Trúc cùng đi thì chắc tôi chẳng đời nào dám đến những nơi xô bồ như thế này. Bên Thuỷ Trúc, tôi hết sức yên tâm, nó bước vững chãi cạnh tôi như sẵn sàng bảo vệ tôi trước mọi bất trắc. Ra khỏi nhà ga, chúng tôi bị ba bốn người lái xe ôm ùa đến bao vây:

"Hai cô về đâu vậy? Lên xe đi!"

Thuỷ Trúc la chói lói:

"Từ từ chớ mấy ông! Làm sao tụi tôi đi hết xe mấy ông được! Có ai đi Phước Thiện không?"

Chỉ có một người chịu đi Phước Thiện nên các bác tài khác tự động giải tán. Ngã giá xong xuôi, hai đứa leo lên ngồi sau lưng ông tài xế trên chiếc Honda. Tôi ngồi chính giữa, Thuỷ Trúc bao sau. Lần đầu tiên trong đời tôi phải vòng tay ôm eo ếch một người đàn ông lạ hoắc, kể cũng kỳ, nhưng xe chạy nhanh quá, tôi đành phải nhắm mắt ôm đại. Xe quanh co một hồi lâu rồi từ từ rẽ vào một thôn nhỏ. Bác tài bảo:

"Phước Thiện đây rồi!"

Tôi bỗng thấy bồi hồi xúc động. Vũ ở nơi này sao? Đây là chỗ anh đã ra đời và sống qua hết thời thơ ấu sao? Thuỷ Trúc và tôi xuống xe, trả tiền và cám ơn bác tài. Tôi nắm chặt mẩu giấy ghi địa chỉ của Vũ, hai đứa dò tìm từng căn nhà. Dân trong thôn ngó chúng tôi bằng những cặp mắt tò mò. Nhà Vũ cũng như những căn nhà kế cận, cũng ba gian, hai chái, cũng mái ngói âm dương, trước nhà có một khoảng sân lót gạch rộng rãi. Hai đứa rụt rè bước vào. Một người đàn ông bước ra hỏi:

"Hai cô tìm ai?"

Thuỷ Trúc lẹ miệng:

"Dạ, tụi cháu là bạn học của anh Vũ. Thưa bác, bác là..."

Người đàn ông mỉm cười:

"Tôi là ba nó. Mời hai cô vào nhà. Thằng Vũ mới chạy đâu trong xóm. Để tôi cho người đi kêu nó về liền."

Thuỷ Trúc và tôi líu ríu bước vào nhà, ngồi chờ Vũ nơi phòng khách. Một lát sau, Vũ từ ngoài tất tả bước vào. Anh lặng người đi một giây:

"Thuỳ Linh! Thuỷ Trúc! Sao bất ngờ quá vậy?"

Tôi nhìn Vũ trân trân. Phải cố gắng lắm tôi mới ngăn được hai giọt nước mắt trào ra. Mới xa Vũ có một tháng hè mà sao nhớ thương trong tôi đã dâng đầy ăm ắp. Nhìn Vũ bằng xương bằng thịt trước mắt, tôi nghe trong hồn một nỗi xao xuyến khó tả. Anh đứng đó, thật gần mà cũng thật xa, vời vợi như một giấc mơ hư ảo, mịt mùng. Thuỷ Trúc láu táu:

"Tụi này ghé Vũ chơi, sẵn cho biết Phước Thiện luôn. Cho tụi này ở lại một bữa, có gì bất tiện không?"

Vũ ngồi xuống ghế:

"Có gì mà bất tiện, hoan nghênh hai cô về thăm miền quê hẻo lánh này! Thuỳ Linh và Thuỷ Trúc đi xa có mệt không?"

Tôi vẫn chưa tìm ra được câu gì để nói với Vũ. Lát sau, khi hai đứa đã tắm gội xong, mát mẻ, khoẻ khoắn, Vũ bảo:

"Mới năm giờ, còn sớm, để Vũ đưa Linh và Trúc ra bờ sông chơi một chút cho mát rồi mình về ăn cơm."

Từ lúc đó trở đi tôi cứ như sống trong mơ. Tất cả quanh tôi như bềnh bồng, hư ảo. Tôi lặng lẽ bước theo Thuỷ Trúc và Vũ. Hai người liến thoắng nói với nhau những gì, tôi cũng không để ý. Vũ chợt hỏi tôi:

"Sao Thuỳ Linh không nói gì cả vậy?"

Tôi luống cuống:

"Ơ... tại Linh còn say xe, hơi mệt."

Vũ nhìn tôi:

"Thuỳ Linh thấy quê Vũ ra sao? Buồn tẻ lắm phải không? Ở đây là như vậy đó, chẳng có gì để giải trí hết. Thanh niên trong thôn chỉ chờ những đêm trăng sáng để ra bờ sông chơi, mua bắp nướng than hồng phết hành mỡ. Chỉ có vậy thôi, buồn lắm!"

Vũ dẫn hai đứa ra đến bờ sông. Trời đã ngả chiều. Nắng dịu và mềm như những sợi tơ vàng, phủ trên mặt sông một lớp mỏng óng ánh, lung linh. Gió từ sông đưa vào mát rượi. Trên bờ, đàn bà, con gái giặt giũ, vui cười trò chuyện. Một bầy trẻ bì bõm lội nghịch dưới sông. Khung cảnh này dường như tôi đã thấy trong một giấc mơ nào thì phải. Tôi đứng lặng, tê mê nhìn bao quát cảnh trời nước mênh mông, trong lòng chan chứa một cảm giác nhẹ nhàng, êm ái. Thuỷ Trúc thốt lên:

"Khung cảnh êm đềm quá, Vũ ơi!"

Vũ cười nhẹ. Tôi vuốt những sợi tóc mai mơn man trên má trong gió chiều, phụ hoạ:

"Linh chưa bao giờ thấy một dòng sông đẹp như thế này!"

Chúng tôi chậm rãi đi dọc theo bờ sông cho đến khi nắng chiều chỉ còn là những vạt mỏng màu tím thẫm. Gió trở lạnh và đâu đó trên sông, tiếng chim gọi bầy nghe xa vắng.

Quay về nhà, Vũ dọn lên cho cả ba một mâm cơm đạm bạc. Chúng tôi ngồi ăn bên ánh đèn dầu lung linh, chập chờn. Sau đó, ba chúng tôi ra ngồi ở bậc thềm trước nhà. Trời đêm nay không trăng, chỉ có những vì sao tuần tự từng ngôi thắp sáng bầu trời đen thẫm. Nói chuyện một lúc, Thuỷ Trúc kêu buồn ngủ, rút lui trước, ý chừng để tôi và Vũ ngồi lại với nhau. Tôi ngồi một mình với Vũ, cũng chẳng biết nói gì hơn. Vũ hỏi:

"Thuỳ Linh cũng mệt rồi phải không? Để Vũ đưa Linh vào nghỉ cho khoẻ nhé?"

Có ngồi lại nữa cũng vậy thôi. Tôi khẽ gật, uể oải đứng lên bước theo Vũ. Thuỷ Trúc đã ngủ say. Tôi nằm xuống bên nó, thao thức trong căn phòng lạ. Tại sao tôi lại đến nơi này? Bên phòng kia chắc Vũ cũng đã ngủ yên, chỉ có mình tôi nằm căng mắt nhìn bóng đêm, nghĩ về đời mình. Biên giới chập chùng hơn bao giờ hết. Dù tôi có ở nơi nào đi nữa, Vũ vẫn cứ xa vời. Tôi nằm đếm hết những tiếng động ban đêm, tiếng côn trùng, tiếng gió, tiếng chó sủa bâng quơ, tiếng lao xao của những người đi về khuya trong thôn vắng. Cuối cùng, tôi thiếp đi lúc nào không biết.

Buổi sáng, tôi bảo Vũ:

"Vũ đưa tụi này qua thăm Ái một chút, rồi sau đó tụi này về luôn."

Nhà Ái ở cách đó không xa. Cô có vẻ ngạc nhiên lắm khi thấy Thuỷ Trúc và tôi. Vũ giới thiệu:

"Thuỳ Linh và Thuỷ Trúc học cùng lớp với anh ở Nha Trang đó Ái."

Ái đúng là con gái quê, rất rụt rè. Tôi nắm tay Ái:

"Tụi này nghe Vũ nhắc tới Ái rất nhiều. Ái có phước lắm đó, Vũ vừa đàng hoàng, vừa tài hoa."

Ái hỏi:

"Hai chị về đây chơi bao lâu?"

Thuỷ Trúc đáp:

"Tụi này ghé thăm Ái rồi đón xe về sáng nay luôn."

Ái nói:

"Vậy để em với anh Vũ đưa hai chị ra xe luôn thể nghe."

Chúng tôi đi với nhau ra đầu thôn. Từ đó, tôi và Thuỷ Trúc lên xe đi Phan Rang. Đến nơi, hai đứa sẽ đón xe về lại Nha Trang. Thuỷ Trúc ngồi trong, tôi ngồi ngoài. Tôi vẫy tay với Vũ và Ái:

"Tụi này về nhé!"

Vũ nhìn tôi:

"Cám ơn hai cô đã về chơi. Hẹn tựu trường tụi mình gặp lại."

Xe lăn bánh, Trong phút chốc, Vũ và Ái chỉ còn là hai cái chấm nhỏ. Tôi mệt mỏi ngó qua Thuỷ Trúc:

"Bây giờ tới lượt mày canh cho tao ngủ, chịu không?"

# CHƯƠNG 8

Tôi đếm từng ngày đến buổi tựu trường. Mùa hè dường như không muốn qua, chẳng bù với những mùa hè trước, sao mà ngắn ngủi. Ngày khai trường, tôi hồi hộp bước vào lớp. Năm nay là năm cuối của tôi ở bậc trung học. Chuông vào lớp đã lâu, mọi gương mặt năm ngoái đã đông đủ, riêng chỗ ngồi của Vũ cạnh tôi vẫn còn bỏ trống. Buổi học đầu năm trôi qua tẻ ngắt. Tan học, tôi thẫn thờ bước ra khỏi lớp. Một bóng người xuất hiện cuối hành lang.

"Thuỳ Linh!"

"Vũ! Sao Vũ không vào học?"

Vũ bước lại gần:

"Không, Thuỳ Linh ạ. Hôm nay Vũ đến rút hồ sơ, Vũ không học nữa. Linh ở lại, học thật giỏi nhé!"

Tôi nhìn sững Vũ. Một tiếng kêu thảng thốt âm thầm vỡ oà trong tôi. Vậy đó, tôi sẽ lạc mất Vũ trong dòng đời. Hệt như một nhân vật của Albert Camus đã từng nói: "*... những gương mặt phiêu hốt, thoáng hiện một lúc, rồi chìm tắt trong một tấn tuồng âm u, dằng dặc.*" Ừ thì thôi, người cứ ra đi. Người có ở lại tôi cũng chẳng được gì. Ngày hôm nay, ngày mai, ngày kia, tất cả ngày tháng từ đây về sau sẽ mang cùng một khuôn mặt, vô hồn, lạnh lẽo. Tôi chưa từng được gì, mà sao giờ phút này tôi cảm thấy mất mát đến tận cùng. Những ngày còn lại trong lớp trôi qua lặng lờ, vô nghĩa. Thuỷ Trúc cố làm tôi vui nhưng cuối cùng nó đành chịu thua.

Những ngày nghỉ, tôi thường đạp xe một mình qua chủng viện Sao Biển gần Hòn Chồng và Bãi Dương. Toà nhà cao lớn, âm u, giờ đây cửa đóng then cài kín mít, trông buồn quá đỗi. Tôi dựng xe, kiễng chân nhìn vào bên trong. Sân trường chủng viện rộng thênh thang, hàng cây rũ bóng, không một dáng người. Nơi đây đã bao lần in dấu chân của Vũ? Hành lang im vắng kia đã bao lần vang vọng tiếng Vũ nói cười? Tôi im lặng đạp xe xuống Bãi Dương, ngồi trên bờ cát, nhìn mãi ra ngoài khơi chập chùng, xa tít tắp.

Tôi viết thêm một bài thơ vào tập *Vô Ngâm Khúc* của mình:

*Gió chiều chủng viện mắt cay,*
*Hàng dừa im bóng lắt lay bên bờ.*
*Em từ độ đó làm thơ,*
*Thư yêu viết vội một tờ thương đau.*
*Anh từ độ đó về đâu,*
*Bãi Dương thôi cũng mất màu biển xanh.*

Tôi có một thói quen mới: đi nhà thờ. Tôi không có đạo, nhưng tôi tìm được hình bóng Vũ trong khung cảnh này. Những bài thánh ca réo rắt trong thánh đường tôi từng được nghe Vũ và các bạn hát bao lần ngày trước. Lạy Chúa cao xa, xin cho con tìm lại được bình yên cũ, xin cho con nghĩ đến Vũ như một hình ảnh bình an nhất. Vũ bây giờ chắc đã cưới Ái, đã có con bồng con bế. Tôi vẫn kéo dài cuộc sống trầm lặng, buồn tẻ. Thuỷ Trúc đã có chồng từ năm ngoái. Tôi vẫn thân với nó, tuy không còn khắng khít như dạo còn đi học. Con nhỏ thấy vậy mà ghê, ngổ ngáo như con trai mà đùng một cái tuyên bố đi lấy chồng hồi nào không ngờ. Tụi nó chỉ gặp nhau đâu vài ba lần là tính chuyện trăm năm ngay. Tôi cũng mừng cho Thuỷ Trúc đã yên phận. Phần tôi có lẽ ở vậy đến già, cho trọn kiếp lọ lem.

Hình ảnh của Vũ rồi cũng dần phai mờ trong tôi. Dĩ nhiên làm sao tôi quên được mối tình đầu đời đó, nhưng chẳng ai đau hoài một nỗi đau. Có lẽ Chúa đã xót thương, trả lại cho tôi bình an cũ. Học xong trung học, tôi thi rớt kỳ thi tuyển đại học vì "lý lịch" gia đình tôi không được "sạch sẽ" cho lắm đối với "cách mạng". Học tài, thi... lý lịch mà! Tôi ở nhà, phụ giúp gia đình những chuyện lặt vặt và dạy kèm con nít để kiếm tiền túi. Ngày nối ngày, tưởng như không bao giờ dứt những chuỗi ngày mang chung một khuôn mặt. Không có một dấu tích gì ghi lại một ngày đã qua. Chỉ có đêm đêm, khi tôi bình thản mắc từng sợi dây mùng lên các chiếc đinh buồn trên vách, tôi mới biết là mình vừa trải qua một ngày nữa.

Một buổi tối, tôi vừa đạp xe đi hóng mát một vòng ở đường biển về, má tôi nói:

"Thuỳ Linh à, có một cậu ở Phước Thiện ghé thăm con. Cậu ta nói một chút nữa sẽ trở lại."

Vũ! Đã mấy năm rồi, chuyện cũ như đã chìm vào quên lãng. Nay Vũ ghé thăm, tôi hồi hộp không biết anh bây giờ ra sao. Tôi ra ngồi ở xích đu trong sân nhà, chờ đợi. Một lát sau, có tiếng chuông ngoài cổng. Tôi chạy ra, thấy một bóng người đứng trong bóng tối lờ mờ. Ngọn đèn đường vàng hiu hắt không đủ soi rõ mặt Vũ. Anh lên tiếng:

"Thuỳ Linh!"

Tôi nén xúc cảm:

"Vũ! Trời ơi, lâu ngày quá phải không? Vũ vào nhà đi."

Vũ vừa đi vừa nói:

"Thuỳ Linh vẫn mạnh giỏi chứ? Còn Vũ bây giờ tàn tạ lắm Linh ơi. Chút nữa vào nhà đèn sáng, Linh đừng giật mình nghe."

Dưới ánh đèn, tôi thấy rõ Vũ tàn tạ thật. Anh hốc hác, tiều tuỵ, ốm o, gầy mòn, không còn đẹp trai, phong độ thuở nào làm tôi điên đảo. Vũ nhìn tôi:

"Thuỳ Linh có gì lạ không?"

Tôi lắc đầu:

"Linh vẫn vậy. Còn Vũ kìa, kể cho Linh nghe đi!"

Vũ cười:

"Linh có thể tin là Vũ đã có ba đứa con rồi không? Một gái hai trai. Cuộc sống của Vũ bây giờ vất vả lắm."

Anh xoè hai bàn tay ra:

"Ở quê Vũ, nguồn lợi chính là thuốc lá và mía. Thuỳ Linh coi nè, hai bàn tay Vũ chai và vàng hết vì ngày nào cũng xắt thuốc lá tươi đó."

Không phải giờ đây vì Vũ đã xấu xí, lam lũ đi nhiều mà tôi cảm thấy bình thản, nhưng quả thật lòng tôi đã êm như mặt biển sau cơn bão. Tôi bình thản hơn bao giờ hết, ngay cả lúc ngồi uống cà-phê với Vũ ở quán vào buổi sáng hôm sau. Tôi vẫn là con bé lọ lem, nhưng không phải là con bé lọ lem yếu đuối dạo nào ở Sông Cầu, ở Phước Thiện nữa. Dẫu sao, những giây phút bên Vũ trong quán cà-phê cũng thú vị, êm đềm sau nhiều năm tháng lặng lờ của tôi. Vũ nói:

"Uống cà-phê xong Vũ sẽ ghé Dòng Chúa Cứu Thế để gặp cha xứ một chút. Sau đó Vũ sẽ trở lại để chào Thuỳ Linh trước khi về."

Khi tôi về đến nhà, trời bỗng đổ cơn mưa nhỏ. Tôi chợt nghe một chút ngậm ngùi, tiếc nuối, những cảm xúc mà từ lâu tôi đã không còn. Vũ đi mãi không thấy quay trở lại. Tôi đoán anh không còn thì giờ nên đã về luôn. Gặp lại Vũ sau nhiều năm cách biệt không dưng làm tôi xao xuyến. Tôi đứng một mình trong căn phòng nhỏ, nghe tiếng mưa tí tách ngoài hiên. Tôi ngó qua, ngắm bóng mình trong gương. Cái tát của định mệnh vẫn còn hằn nguyên trên má trái, như một lời nguyền trăm năm. Tôi ngồi xuống giường, với tay lấy cuốn nhật ký, giở từng trang, như kẻ mất hồn, nhìn những dòng chữ cuồng nộ, khắc khoải ngòng ngoèo trên trang giấy. Từ lâu tôi không còn viết nhật ký nữa. Có lẽ tôi phải đốt hết những gì thuộc về quá khứ. Đến một trang, tôi bắt gặp bốn câu thơ của mình:

*Khi bốn phía đời tôi là oan khổ,*
*Một nụ cười là kỷ niệm chắt chiu,*
*Người thoáng đến như mưa phùn qua phố,*
*Rồi người đi trong nắng quái đìu hiu.*

Vũ đã đến, đã đi, như mưa, như nắng. Lần cuối cùng này, anh đã biến mất trong cơn mưa nhỏ. Âm vang của những ngày xưa cũ vọng về, ngân lên trong tôi những cung điệu rã rời, chua xót. Vũ của tôi hôm nay như vậy đó. Còn dòng sông trước kia tôi về giờ đã ra sao? Có còn tiếng cười đùa của những cô gái giặt áo, tiếng la hét của bầy trẻ bơi lội dưới dòng sông, hay đã cạn khô, lạnh lẽo? Có những nơi chốn người ta chỉ nên đến một lần trong đời thôi, phải vậy không Vũ?

# Phần II

# Sông Huyền Thoại

# CHƯƠNG 9

Năm học cuối bậc trung học có lẽ là thời gian buồn bã và tẻ nhạt nhất trong cuộc đời đi học của tôi. Trong lúc bạn bè trong lớp chúi mũi vào học thi tốt nghiệp phổ phông—mà ngày xưa có cái tên hay ho là tú tài—và kháo nhau là sau đó nên nộp đơn thi vào trường đại học nào, tôi cứ vẩn vơ mộng ngoài cửa lớp. Phòng học của tôi trên lầu hai, có vuông cửa sổ trông ra mái ngói đỏ của hành lang dùng làm hội trường bên dưới. Sáng sáng, tôi nhìn qua cửa sổ, ngắm những con se sẻ màu nâu nhảy nhót trong ánh nắng còn tươi mới. Văng vẳng trên kia là tiếng giảng bài của cô giáo môn Văn. Có khi cô say sưa đọc vài câu truyện Kiều, hai tay cô sôi nổi vung lên theo ý nghĩa của câu thơ: *Chọc trời khuấy nước mặc dầu, dọc ngang nào biết trên đầu có ai.*

Cô giáo này đối với tôi khá đặc biệt, vì tôi đã học với cô hồi trước "giải phóng". Cộng sản vào, thầy trò lục tục trở lại trường cũ sau một thời gian chạy giặc hay tìm đường vượt biên không thành công. Như duyên kỳ ngộ, tôi lại tiếp tục làm học trò của cô. Cũng trường lớp đó, cũng thầy trò đó, cũng những áng văn chương cổ điển muôn đời đó, nhưng bây giờ cách cô giảng bài làm chúng tôi hụt hẫng. Cô bảo Từ

Hải là đại diện cho giai cấp bị bóc lột, đứng lên chống lại giai cấp phong kiến. Cô ca tụng truyện Kiều là một tác phẩm kinh điển hàng đầu, nói lên sự thối nát của các chế độ hà hiếp giai cấp công nông, gợi hứng cho cuộc cách mạng vô sản đấu tranh giành chính quyền từ tay bọn tư bản đang thi nhau giãy chết trên toàn thế giới.

Có lẽ bọn học trò chúng tôi còn bận bịu với tuổi mới lớn, với những cảm xúc lạ đang đến, hơn là để ý đến những chuyện nực cười (nhưng ra nước mắt), từ trong học đường ra đến ngoài xã hội, trong những tháng ngày đổi đời của miền Nam tự do vào thập niên 70 đó. Riêng tôi, tôi nghe lời cô giảng bằng một tai, còn tai kia lắng nghe tiếng ríu rít của đàn chim buổi sáng, và trong lòng lúc nào cũng còn canh cánh một nỗi buồn da diết, kéo dài từ mùa hè vừa qua.

Năm lớp 12 này, chỗ ngồi cạnh tôi, đáng lẽ phải là của Vũ, đã bị một đứa con trai khác thế chỗ. Tên này không xa lạ gì với tôi, tôi còn biết rõ hắn thật nhiều là đằng khác. Việt, tên của người "hàng xóm" mới của tôi trong lớp, không ai khác hơn là đứa bạn cùng cư xá với tôi hồi còn nhỏ. Thuở đó, chúng tôi học chung một trường tiểu học, nhưng khác lớp vì nhà trường chia trai gái học riêng. Tuy vậy, Việt và tôi, có khi cùng vài ba đứa khác trong xóm nữa, vẫn rủ nhau đi học. Đi bộ từ cư xá của chúng tôi đến trường phải băng qua ba bốn bloc đường, chắc bây giờ ai cũng phải lái xe, nhưng ngày trước chúng tôi coi như vậy là thường lắm. Có khi chỉ có Việt và tôi đi học với nhau. Tên này cũng khác đời, ít cười ít nói. Nhiều buổi sáng, hắn cứ chạy qua nhà tôi, yên lặng đứng chờ tôi ăn uống, thay quần áo chỉnh tề xong xuôi, rồi hai đứa cùng nhau đếm bước đến trường. Nhiều khi suốt quãng dường dài, Việt không nói nửa lời. Tôi hỏi gì thì hắn mới trả lời, có lúc hắn chỉ ậm ừ, không biết hắn đang nghĩ gì. Tụi con nít trong cư xá ranh không thể tả. Đứa này đứa kia thay nhau đánh tiếng, cặp đôi Việt và tôi, dù hai đứa lúc đó chỉ mới học tới lớp Năm! Có đứa còn táo tợn hơn, thuổng hai câu vè đọc được trong truyện *Con Thuý* hay *Thằng Vũ* của nhà văn Duyên Anh, đọc lên khơi khơi, để đứa nào nghe chạnh lòng thì đứa nấy chịu: *"Con gái chơi với con trai, về sau cái vú bằng hai quả dừa!"*

Việt và tôi nghe được hai câu vè kinh khủng đó, chỉ ngó nhau tủm tỉm cười. Còn nhỏ quá, chúng tôi nghe những thứ... xa vời như vậy chẳng có mảy may xúc cảm gì cả. Tôi chỉ nhớ là hồi đó tôi hay ăn hiếp Việt lắm. Ba Việt là thiếu uý, còn ba tôi là trung tá. Nhà Việt đông con nên có vẻ túng thiếu. Ba má tôi chỉ có hai đứa nên cuộc sống trong nhà khá thong thả. Hình như trong thâm tâm, tôi coi thường nhà Việt, nên lúc chơi đùa, tôi vẫn thường làm ra vẻ kẻ cả, lấn át Việt về mọi mặt. Phần Việt, hắn có vẻ chịu đựng. Nhiều khi thấy hắn thảm hại quá, tôi cũng thấy tội nghiệp hắn.

Xong tiểu học, tôi thi đậu đệ thất, vào học trường công. Việt thi rớt, phải ra học trường tư. Tuy vẫn là hàng xóm, chúng tôi dần dần xa nhau vì không còn có dịp đi học chung với nhau nữa. Cuộc sống gia đình và học đường của chúng tôi, cũng như tất cả những đứa cùng trang lứa thuở đó, trôi qua một cách bình thản, tưởng như không có gì có thể làm thay đổi. Năm tôi học gần hết lớp 10, cộng sản chiếm miền Nam. Hình như tuổi thanh xuân của tôi và những bạn cùng trang lứa chợt già đi trông thấy. Xã hội, học đường đều bị đảo lộn. Cũng như Vũ phải từ chủng viện ra trường công lập để học, Việt về trường tôi, vì "cách mạng" không thể để tư nhân mở trường được nữa, nhất nhất mọi điều đều phải theo "lòng dân, ý đảng". Việt tình cờ được xếp vào lớp tôi. Hắn ngồi tận cuối lớp. Chúng tôi gặp lại nhau trong lớp 11, vẫn cười chào thân ái với nhau, tuy bây giờ không còn là hàng xóm nữa. Cư xá trước kia chúng tôi ở là cư xá sĩ quan, đã bị nhà nước hân hoan "tiếp quản". Gia đình Việt về gần khu chợ Xóm Mới, còn nhà tôi lên tá túc ở nhà ông ngoại.

Vả chăng, lúc ấy tôi lại đang vui với tình bạn mới bên Vũ. Việt chỉ là một cái bóng thật mờ. Năm nay, hắn thay Vũ ngồi bên cạnh tôi, bỗng dưng hắn bớt "mờ" đi một chút. Tôi và hắn nói chuyện với nhau khá thân mật vì đã quen biết với nhau từ hồi nhỏ. Tuy vậy, Việt hình như cũng biết là tôi có một nỗi buồn nào đó nấp sau những nụ cười gượng gạo trong những lần hai đứa trò chuyện.

Thuỷ Trúc thì càng gần gũi với tôi hơn trước. Hai đứa đi chơi với nhau thật nhiều sau những giờ học. Lúc thì đi biển hóng mát, lúc thì đi uống cà-phê trong các quán nhỏ mang những cái tên lãng mạn như *Thu Vàng* hay *Chiều Tím*. Như những học sinh nghèo khác, chúng tôi chỉ dám gọi cà-phê đen đá cho rẻ, hôm nào bảnh lắm mới đổi thành cà-phê sữa đá để nhấm nháp vị đắng chát lẫn ngọt ngào của cuộc sống học trò. Và chúng tôi thường "ngồi đồng", nghĩa là từ giờ này sang giờ nọ, gọi không biết bao nhiêu bình trà... miễn phí, phớt lờ vẻ mặt không vui của chủ quán hay của những anh bồi bàn. Hai đứa tôi say sưa thưởng thức những bài hát ngoại quốc thịnh hành thời bấy giờ, của những ban nhạc nổi tiếng như *Abba, Carpenters, Bee Gees, Air Supply,* hay những bài ca tiếng Pháp tuyệt vời của Claude François, Stone et Charden, Art Sullivan, Christophe, France Galle, Françoise Hardy... Bài nào hai đứa cũng thích, cũng mê tít, mỗi lần nghe qua những cái loa trong quán. Đặc biệt, trong thời điểm đó, tôi thích nhất là bài *Ne me parle plus de lui* do Jean-Francois Michael hát, vì đó chính là tâm trạng của tôi; tôi không muốn Thuỷ Trúc hay chính mình nhắc đến tên của một người nào đó nữa.

# CHƯƠNG 10

Một hôm, đang ngồi trong lớp giờ Văn, Việt khều tôi hỏi:

"Thuỳ Linh viết xong bài luận về đoạn Thuý Kiều tái hợp với Kim Trọng chưa?"

Tôi lơ đãng gật đầu, hỏi lại Việt:

"Cũng gần xong. Còn Việt thì sao?"

Việt chun mũi:

"Mới viết được... cái đầu đề! Sao Việt ghét văn chương quá Linh ơi!"

Tôi cười:

"Chắc cũng như Linh ghét toán vậy chứ gì."

Việt lại khều khều:

"Linh viết xong bài của mình rồi viết giùm Việt luôn, được không?"

Tôi giật nảy mình:

"Í cha, làm gì có chuyện viết giùm há! Rồi Linh học giùm cho Việt, ra trường đi kiếm việc cho Việt luôn hở?"

Việt cười giả lả:

"Nhờ có chút vậy thôi mà rần ri quá, cô bạn!"

Nói vậy chứ cuối tuần đó, khi ngồi cặm cụi viết hết phần kết luận của bài văn, tôi chợt bần thần nghĩ đến Việt. Người ta bảo *"Có ăn nhạt mới biết thương đến mèo"*; tôi nhớ đến những lần ngồi cắn bút trong giờ thi toán khô khan, hóc búa, Việt vẫn thường chuồi cho tôi những mẩu giấy nhỏ có ghi cách giải toán, kèm cả đáp số. Chắc lúc này là lúc mình phải đền ơn hắn đây, tôi nhủ thầm. Nghĩ vậy, tôi thở dài lấy giấy ra, thừ người suy nghĩ, chưa biết phải viết gì cho Việt. Phải viết làm sao cho không những giọng văn khác đi, mà cách phân tích cũng không được giống mới hòng qua mặt được cô giáo. Tôi loay hoay hàng giờ, viết viết xoá xoá, đặt vấn đề ngược lại, giả như Thuý Kiều không gặp lại Kim Trọng thì cuộc đời nàng sẽ ra sao. Cũng nhờ cách đó mà tôi có một cảm hứng thật mới lạ, thật dạt dào. Tôi vẽ ra một đoạn đời mới, một khúc rẽ ngoặt của Thuý Kiều, rồi so sánh những điều tưởng tượng đó với những chi tiết thật trong cuộc tái hồi của hai nhân vật chính, đưa ra những lời nhận xét sâu sắc mà chính tôi cũng không ngờ tới. Không chừng bài văn "của Việt" còn được điểm cao hơn bài văn của chính tác giả cũng nên. Chỉ mong sao cô giáo không để ý vì sao "văn tài" của đứa học trò vốn tầm thường như Việt bỗng dưng phát tiết bao nhiêu là tinh hoa làm vậy! Tôi thở phào khoan khoái, xếp bài vở vào cặp, mong cho mau đến ngày mai đi học, hí hả trao bài cho Việt, để gọi là một chút tri ân hắn đã từng giúp đỡ mình.

Sáng hôm sau, Việt lại vắng mặt. Dạo này hắn thường cúp cua, bị thầy cô kêu lên cảnh cáo nhiều lần mà chứng nào vẫn tật nấy. Mọi lần thì chắc tôi cũng không để ý đến chuyện thường xảy ra này, nhưng hôm đó quả tình tôi hơi mất hứng vì đã sẵn sàng bài vở để giao cho Việt. Tôi đã tưởng tượng ra vẻ mặt cảm động của hắn khi tôi đưa cho hắn công trình tim óc của mình. Vậy mà...

Tan học, tôi lững thững đi theo bạn bè trong lớp xuống cầu thang. Thuỷ Trúc biến đâu mất trong dòng học trò bất tận. Lâu nay thỉnh thoảng nó lại lỉnh đi đâu một mình, tôi thắc mắc thì nó chỉ cười bí mật mà không trả lời. Tôi đoán già đoán non là chắc nó có bồ, nhưng phải bắt gặp nó tại trận thì mới biết được.

Ra khỏi cổng trường lao xao kẻ chào người đón, tôi băng qua đường một mình giữa dòng xe cộ đông đúc. Vừa đến bên kia lề đường, tôi đã thấy Việt đứng lóng ngóng ở đó. Tôi kêu lên:

"Ông này bữa nay trốn học nữa há!"

Việt cười:

"Ừ, trốn học, mà lần này trốn luôn!"

Tôi nhíu mày:

"Việt nói vậy nghĩa là sao?"

Việt nhún vai:

"Nghĩa là không đi học nữa!"

Tôi nghe giọng mình thảng thốt:

"Ủa, cái gì kỳ cục vậy? Đùng một cái rồi nghỉ ngang vậy sao?"

Việt lại nhún vai, lần này hắn không trả lời. Tôi cụt hứng thật tình, nghĩ ngay đến bài luận văn viết cho hắn còn nằm yên trong cặp. Biết vậy thì tôi đâu phải nặn đầu nặn óc ra mà viết cho hắn. Thật là công dã tràng. Hình như hắn cũng không buồn nhớ là đã nhờ vả mình nữa. Tôi nén giận, hứ một cái rõ to rồi đi luôn qua mặt hắn, không thèm chào hỏi gì cái thứ mau quên đó.

Vừa đi tiếp về nhà, tôi vừa miên man suy nghĩ. Thốt nhiên, tôi thấy như có một sự trùng hợp lạ kỳ. Sau Vũ, Việt là người thứ hai đón tôi ngoài lớp học để báo tin thôi không đi học nữa. Sao tôi cứ phải gặp những cảnh chia tay buồn bã, kỳ cục như thế này? Tôi có tay "sát bạn" hay không mà đứa nào ngồi cạnh bên tôi cũng đều nghỉ học hết vậy. Cũng may là tới giờ này Thuỷ Trúc vẫn còn đó, nhưng với cái đà này dù sao chắc nó cũng không còn bên tôi lâu nữa.

Sau khi Việt nghỉ học, Thuỷ Trúc xích lại, ngồi cạnh tôi. Bàn của chúng tôi chỉ còn ba đứa. Vũ hay Việt gì cũng không còn nữa. Tôi lại chúi đầu vào học. Ngày thi gần kề, tôi chỉ mong sao thi cho xong, cho qua hết những bài học vớ vẩn dưới "mái trường xã hội chủ nghĩa" này! Càng lúc tôi càng thấy hình như mình thông cảm với Việt hơn một chút. Là đàn ông con trai, chắc hắn càng không chịu nổi những câu thúc phiền toái của trường lớp, nơi mà những truyền thống hay đẹp không còn nữa, Chữ nghĩa khoác vào lớp áo hợm hĩnh mới, chuyên chở những ý tưởng đầy bạo lực và phi nhân tính. Chắc chỉ còn những kẻ yếu đuối, nhu nhược như tôi mới chịu đựng nổi.

Mùa thi đã tới, và những ngày học hành chăm chỉ của tôi đã được đền đáp. Tôi thi đậu, Thuỷ Trúc cũng vậy. Hai đứa hân hoan đón chào một mùa hè mới, rất đáng nhớ vì nó đánh dấu sự kết thúc của mười hai năm dài cắp sách đến trường. Nhưng với tôi, mùa hè đó lại âm thầm khơi lại vết thương còn âm ỉ của mùa hè trước. Thế nên tôi bước vào những ngày hè với buồn vui lẫn lộn, với tình cảm và thân xác đầy nhựa sống của cô gái thanh xuân, nhưng chẳng khác gì một đoá hoa rực rỡ, lẻ loi giữa một cánh đồng cỏ bát ngát, vắng loài ong bướm đi tìm mật...

Gần cuối mùa hè, tôi tuyên bố với ba tôi một câu xanh dờn:

"Ba, con không muốn học tiếp lên đại học nữa!"

Nói xong, tôi hồi hộp đợi phản ứng giận dữ của ông. Ba tôi là sĩ quan, nhưng ông có dạy thêm ở trường văn hoá quân đội vào buổi tối, nên ông cũng là một ông thầy, yêu chữ nghĩa, trọng việc học hành. Thế nhưng trong chế độ mới, ông trở nên một người khác, thờ ơ với thế sự. Cũng may, ông giải ngũ ba năm trước khi miền Nam mất nên không bị đi "cải tạo" như đa số quân cán chính cộng hoà khác. Nghe tôi nói không đi học nữa, ông chỉ buồn rầu nhìn tôi và im lặng hồi lâu. Cuối cùng, ông buông thõng một câu:

"Tuỳ con! Thời thế này có học nữa cũng chẳng tới đâu. Không đi học thì nhớ ở nhà giúp má, đỡ đần việc này việc nọ hay kiếm việc gì làm ở ngoài, phụ gia đình một chút."

Giọng ba tôi buồn buồn, tôi nghe da diết còn hơn một tiếng thở dài của người sĩ quan một thời oai phong lẫm liệt.

# CHƯƠNG 11

Như vậy là mùa hè của tôi trở nên bất tuyệt, không còn có ngày tựu trường nào trước mặt nữa. Tôi rảnh rang thật nhiều, ngoài những việc lặt vặt phụ giúp má hằng ngày. Tôi viết nhật ký chăm chỉ hơn, trút vào các trang giấy tội tình những lời than van thống thiết mà chỉ có chính mình đọc lại. Tôi cũng làm thơ nhiều hơn trước, viết xen kẽ vào những dòng nhật ký:

*Xếp đời như khăn lau nước mắt,*
*Rồi rong chơi những cõi phôi pha.*
*Tay hái lá mùa xuân thơm ngát,*
*Quên chút tình thơ đã trôi xa.*

Nghỉ học rồi, không dưng Việt lại thân với tôi còn hơn trước. Hắn thường đến rủ tôi đi chơi, nhất là những lúc Thuỷ Trúc cũng bỏ tôi đi đâu mất. Thuỷ Trúc đã thú nhận với tôi nó đã có bồ. Đã vậy hai đứa còn tính cưới nhau thật lẹ. Tôi vừa vui cho bạn, vừa buồn cho mình. Tuy vậy, thỉnh thoảng Thuỷ Trúc cũng dành cho tôi những đêm riêng của hai đứa, vẫn ngồi bên nhau thủ thỉ hết mọi chuyện trên đời. Những lúc đó, tôi thấy tình bạn giữa hai đứa như chưa bao giờ thay đổi.

Nhưng ngồi cà-phê tâm sự với tôi thường xuyên hơn bây giờ là Việt chứ không phải Thuỷ Trúc. Với Việt, tôi nói chuyện hết sức thoải mái, coi hắn không khác gì Thuỷ Trúc, và tôi cũng thầm mong hắn cũng coi tôi như là một đứa bạn trai. Nghĩa là giữa chúng tôi không có gì phải thắc mắc cả. Mặt khác, tất nhiên là Việt không phải là Thuỷ Trúc, vì hắn không đồng điệu với tôi về chuyện thưởng thức nhạc. Hắn cũng thích âm nhạc, nhưng là qua việc chơi classic guitar, chứ không qua những âm điệu trữ tình hay lời lẽ sướt mướt của các bài hát ngoại quốc thời thượng trong quán cà-phê. Ở đó, trong lúc hắn liên tiếp hút từ điếu thuốc lá này sang điếu thuốc lá khác, tôi vẫn đắm mình trong tiếng nhạc, lời ca. Có đôi lần, qua làn khói thuốc mơ màng, tôi tưởng tượng Việt là Vũ, và mình đang tràn đầy hạnh phúc được ngồi với anh trong thế giới hư hư thực thực đó, cho đến lúc mỗi lần Việt đột ngột nói một điều gì...

Tôi đòi Việt dạy tôi chơi guitar. Hắn cũng chiều tôi, bắt đầu chỉ cho tôi nắn những nốt nhạc đầu tiên trong đời. Việt kiếm cho tôi tập sách dạy chơi đàn classic guitar mà ai mới tập tễnh học cũng có, cuốn bài tập của Carulli. Việt dạy tôi rất kỹ, cứ mỗi bài tập, hắn đều tỉ mỉ dùng viết chì ghi từng số ngón tay phía trên các nốt nhạc cho tôi đánh. Thế là tôi có một thú tiêu khiển giúp quên đi ngày rộng tháng dài. Cứ mỗi tuần tôi lại trả bài cho Việt. Hắn chăm chú nghe tôi gãy đàn, góp ý chỗ này, khen chỗ nọ. Có bài tôi đánh chưa nhuyễn, hắn bắt tôi tập lại, không chịu cho tôi qua bài mới. Kể ra tôi cũng sáng dạ (hay mát tay?!), chỉ vài tháng sau tôi đã chơi kha khá, bắt đầu đòi Việt chỉ cho tôi thử chơi qua những sáng tác tương đối dễ cho người mới học như *Hạ Trắng* do Đỗ Đình Phương soạn, hay *Lágrima* của Francisco Tárrega. Tôi cũng bày đặt học *tremolo*, tuy biết tiếng đàn của mình sẽ chẳng bao giờ được truyền cảm như tiếng đàn của Việt.

Những đêm mùa hè mát trời, Việt và tôi thường ngồi nơi chiếc xích đu dưới gốc cây nhãn trong sân nhà ông ngoại tôi, cùng nhau chơi đàn. Nói là cùng nhau cho oai vậy thôi chứ tôi đàn thì ít, mà Việt đàn mới nhiều. Sau khi trả bài lấy lệ cho Việt nghe, tôi khoan khoái tựa người ra thành xích đu, lim dim mắt nghe tiếng đàn điêu luyện của Việt vang lên réo rắt, nhất là đoạn *tremolo* trong bài *Capricho Árabe* mà tôi rất ưa thích. Bụi hoa lài trên tường toả hương thơm ngát trong đêm khuya, cộng với tiếng đàn êm ái của Việt, khiến hồn tôi như bay bổng lên cao, tạm quên đi những muộn phiền chất chứa bấy lâu nay.

Ngày nào Việt hẹn đến dò bài tập đàn cho tôi mà chưa thấy đến, tôi thấy bồn chồn quá. Có lúc tôi cười một mình, tự hỏi mình đang chờ một người bạn hay chờ một ông thầy. Rồi tôi lại tự trả lời, điều đó có hề gì đâu nhỉ. Thầy hay bạn gì thì cũng chỉ là một người thôi. Má tôi thấy tôi cứ đi ra đi vô bèn quở:

"Con Thuỳ Linh bữa nay có chuyện gì mà giống như gà mắc đẻ vậy ta?"

Tôi mắc cỡ chống chế:

"Má nói gì nghe kỳ quá!"

Má chưa chịu thôi:

"Kỳ gì mà kỳ! A, hay là con đang chờ thằng Việt tới phải không? Dạo này má thấy nó tới chơi với con hơi nhiều à nghen!"

Tôi làm tỉnh:

"Thì ảnh tới dạy con chơi đàn chớ có gì đâu, má."

Má hừ một tiếng:

"Đàn với địch! Má thấy con gái mà ngồi ôm cái đàn gãy từng tưng coi không được chút nào!"

Nói vậy chứ mỗi lần Việt đến thì má tôi vẫn ngọt ngào, vẫn xởi lởi một bác hai cháu với Việt, vì bà thấy hắn cũng hiền, không lấc cấc như nhiều đứa con trai cùng tuổi khác. Chắc bà nghĩ, thôi chẳng thà còn thấy con nhỏ ngồi ở nhà chơi với bạn, còn hơn là để nó lỉnh đi đâu mất đất, không biết làm cái gì ở ngoài đường ngoài sá.

Một buổi tối mùa hè khác, Việt đến rủ tôi ra biển chơi. Hắn bảo trời nóng quá, lúc này chỉ có biển mới mát mẻ. Tuy vậy, tôi cũng phải nói dối với má là hai đứa chỉ ra đầu Ngã Sáu ăn chè, chứ nói thật là xuống bãi biển ngồi với nhau thì chắc chắn má không bằng lòng.

Nghĩ lại, tôi đoán má sẽ không thích chuyện đó cũng phải. Biển đêm đẹp và gió mát lồng lộng. Mặt biển đen tuyền, nhưng ngoài khơi thắp sáng lên những dãy đèn lóng lánh của những thuyền đánh cá ban đêm trông thật đẹp mắt. Cát biển mềm mại dưới chân hai đứa tôi. Việt và tôi ngồi cạnh nhau, tựa vào một kè đá, nhìn ra khơi tít tắp, nói với nhau những mẩu chuyện không đầu không đuôi, chẳng bao giờ dứt. Đêm càng khuya, gió càng trở lạnh. Việt bảo tôi tựa vào hắn cho ấm. Tôi làm theo lời Việt, ngả đầu vào vai hắn. Mùi hăng hăng nồng nồng từ người Việt toát ra, khiến tôi nhớ lại đêm nằm cạnh Vũ ở sông Cầu năm nào. Chỉ khác là bây giờ tôi thật sự ngồi sát Việt, nghe từng hơi thở của nhau.

Trong giây phút lạ lùng đó, không gian và thời gian bỗng như bị xoá nhoà, nhập lại làm một, chập chùng vây quanh hai đứa tôi. Ánh điện hiu hắt từ ngọn đèn đường từ trên bờ xa không đủ làm chúng tôi thấy rõ mặt nhau. Rồi như bị một sức hút diệu kỳ, hai khuôn mặt chúng tôi hối hả tìm nhau, môi chúng tôi quấn quýt vào nhau, đem lại cho tôi hương vị tuyệt diệu đến rợn người của nụ hôn đầu đời, ngọt ngào như không gì có thể diễn tả nổi. Toàn thân tôi run rẩy như có một dòng điện chạy khắp người. Bàn tay Việt đặt nhẹ trên ngực tôi. Tôi rướn người, ngập tràn cảm giác. Cùng một lúc, hai giọt nước mắt của tôi bất ngờ ứa ra, rơi xuống má. Việt như bừng tỉnh, nói giọng hốt hoảng:

"Ô, cho anh... cho Việt xin lỗi!"

Tôi cũng tỉnh cả người, vội vàng ngồi thẳng dậy, vuốt những sợi tóc loà xoà trước mắt. Tôi nói, giọng như vọng về từ một cõi nào xa xôi:

"Việt cho Linh đi về đi!"

Hai đứa chúng tôi loạng choạng đứng dậy, đi từng bước nặng nề trên bãi cát đêm. Biển không còn một bóng người. Đường khuya cũng vắng ngắt. Từ biển đi bộ về nhà tôi không xa, nhưng sao tôi thấy đường đêm đó dài ơi là dài. Việt im lặng đi bên cạnh tôi, trong lúc đầu óc tôi đang bời bời với muôn vàn ý nghĩ. Đến gần đầu đường nhà tôi, Việt mới cất tiếng nói, ngượng ngùng:

"Thuỳ Linh đừng nghĩ là Việt coi thường Linh nghe. Việt xin lỗi..."

Lúc ấy tôi cũng đã lấy lại chút bình tĩnh, nhẹ nhàng nói với Việt:

"Tụi mình đi hơi xa rồi đó Việt ơi, chắc phải tạm không gặp nhau một thời gian để tỉnh táo lại nghe."

Chúng tôi lại im lặng, chia tay nhau. Việt lủi thủi dắt chiếc xe đạp ra cổng, đạp vút đi trong ánh đèn vàng vọt của đêm khuya.

# CHƯƠNG 12

Có lần tôi nghe ai đó nói, đại khái là muốn quên một người nào một cách nhanh nhất thì nên có một người khác. Tôi đã phì cười khi nghe câu nói đó, trong bụng nghĩ thầm, làm gì mà đến nỗi phải đi kiếm người mới để quên đi người cũ! Tình yêu chứ có phải cái áo cái quần đâu mà thay đổi dễ dàng, chóng vánh như vậy. Nghĩ cho cùng, tôi phải luôn nhớ đến gương mặt tật nguyền của mình, để không còn mộng mơ gì xa xôi nữa. Một lần đau khổ cũng đủ lắm rồi. Tôi thường tự dặn dò mình như thế.

Nhưng cả tuần trôi qua mà Việt và tôi không gặp nhau, tôi chịu không nổi. Lần này, tôi nhận ra ngay là mình đã yêu Việt mất rồi, chứ không nửa tin nửa ngờ, nửa chấp nhận nửa chối bỏ như tình yêu tôi dành cho Vũ ngày trước. Mặt khác, tình cảm của tôi cho Việt đến thật nhẹ nhàng, tiệm tiến theo thời gian, và dường như tình yêu của tôi đang được đáp đền, chứ không một chiều một hướng như ngày xưa nữa. Giả dụ như trước đây Thuỷ Trúc hỏi thử tôi có tình ý gì với Việt không thì chắc tôi đã dãy nãy lên, gạt ngang gạt ngửa cái ý tưởng kỳ cục đó. Việt là một hình ảnh quá quen thuộc với tôi. Hắn cũng không đẹp trai, chỉ được cái hiền lành và kiên nhẫn. Nhưng, như má tôi thường nói, lửa gần rơm thì có ngày cũng cháy. Thật là đúng phóc. Việt cứ hiện ra trong đời tôi từ từ, từ từ, hết ngày này qua ngày khác, cùng làm với tôi nhiều việc, cùng san sẻ với tôi những điều vặt vãnh trong đời sống hằng ngày. Hình ảnh hiện ra trong đầu tôi mỗi buổi sáng là Việt, mà hình ảnh cuối cùng trước khi tôi chìm vào giấc ngủ cũng là Việt nốt. Có lẽ tình yêu cũng là một thói quen chăng.

Một buổi sáng nọ, tôi không dùng xe đạp mà quyết định thả bộ qua những con đường lặng lờ trong thành phố, những con đường chạy ra biển từ nhiều phía. Tôi đi chầm chậm qua những ngôi nhà nằm im ắng trong nắng hè còn dịu mát của ban sáng, dưới những tàn cây lá sum sê xanh dờn, trong tiếng ve kêu rả rích, buồn buồn và tha thiết. Tôi mang cảm giác của một người vừa bệnh mới dậy, sau những ngày cấm cung trong nhà, ngỡ ngàng thấy lại thế giới bên ngoài, với sinh hoạt bình thường của mọi người, chẳng có gì thay đổi so với những giông bão ngầm trong cuộc sống nội tâm của mình.

Đến một góc đường, tôi chợt nghe tiếng thắng đánh két một cái của ai đó đang đi xe đạp từ phía sau. Tôi giật mình ngoảnh lại. Việt! Anh ăn mặc xuềnh xoàng như mọi ngày, đầu tóc rối bời, và... trời ơi, anh nhìn tôi bằng cặp mắt... tôi phải diễn tả làm sao nhỉ... cặp mắt đỏ ngầu của anh toát ra oán hận, nhớ thương, lẫn trìu mến, trìu mến đến độ ngắc ngoải. Việt tiếp tục nhìn tôi trừng trừng, không nói không rằng, trong khi tôi cũng không biết phải phản ứng như thế nào. Phải mấy phút dài lê thê trôi qua như thế, cuối cùng, Việt nói như ra lệnh:

"Lên xe đi!"

Như một phản xạ, tôi riu ríu leo lên ngồi phía sau của chiếc xe đạp cũ kỹ. Việt đạp phóng đi, tôi vòng tay ôm eo anh, ngả nhẹ đầu vào khoảng lưng rộng phía trước, nghe nồng ấm mùi da thịt đã chớm bắt đầu quen thuộc với tôi. Tim tôi như rã rời, một cảm giác rã rời, bải hoải một cách dễ chịu. Niềm đau như được mơn trớn, vỗ về. Việt chở tôi qua không biết bao nhiêu là con đường thân quen trong những góc của thành phố tôi đã từng đến, đã từng đi, nhưng thật tình thế giới chung quanh như nhạt nhoà trong cơn chếnh choáng của tôi. Cảm giác của tôi bây giờ không phải là những gì tôi nhìn hay nghe thấy, mà chỉ là những cảm xúc oà vỡ từ bên trong, cộng với mùi da thịt gợi lên những gần gụi mà tôi chỉ mới bắt đầu biết đến.

Những tháng ngày kế tiếp của tôi diễn ra y như trong những cuốn sách dành cho tuổi mới lớn mang tên loài hoa tím, không khác gì mấy với buổi dạ tiệc tưng bừng, hào nhoáng mà cô bé lọ lem bàng hoàng hân hưởng, trong lòng chỉ nơm nớp sợ đồng hồ nửa đêm lạnh lùng gõ lên mười hai tiếng, để con bé số phận hẩm hiu phải vội vã tháo chạy về trước khi cỗ xe lộng lẫy trở thành trái bí xù xì.

Mùa hè trôi qua hình như nhanh hơn mọi lần, và mùa thu tiếp bước với tốc độ cũng không kém phần vội vã. Ngày tiếp ngày, Việt và tôi đắm đuối vào những giây phút bên nhau, ở khắp nơi trong thành phố biển nhỏ bé này. Lúc thì chúng tôi vui đùa với nhau trong làn nước mát rượi của biển xanh, rồi nằm lim dim dưới ánh nắng hè chói chang, biết rằng cận kề có một kẻ đang nghĩ đến mình. Những câu hát trước đây tôi cho là vô nghĩa, hay thậm chí còn có phần độc ác, thì bây giờ mỗi lời hát, mỗi âm điệu đều làm tôi rung động sâu xa, *"Ngồi kề bên nhau cất tiếng ca, say tình chan hoà... Mình yêu nhau thì có lúc gần nhau..."* Ôi, *Hạ Vàng Biển Xanh!* Có phải bài hát đó là dành riêng cho chúng tôi không nhỉ.

Tắm biển xong, tôi và Việt thường vào cái quán quốc doanh bên kia đường biển để "thưởng thức" những tô phở lạt lẽo, lõng bõng vài miếng thịt dai ngắt, hay những ly cà-phê đắng với hương vị nhạt thếch. Nhưng có hề gì, đó là những món sơn hào hải vị đối với hai đứa tôi, khi đang hạnh phúc thì làm gì, ăn uống gì, nghe thấy gì cũng là vui, là ngon, là đẹp cả. Việt thường phì phèo hút những điếu thuốc sợi đen mang những cái tên thô kệch như *Lao Động* hay *Vàm Cỏ,* bay mùi khét lẹt. Mỗi khi tôi rủng rỉnh chút tiền từ việc dạy kèm mấy đứa con nít, tôi thường mua cho Việt vài điếu thuốc lá lẻ, có đầu lọc của ngoại quốc, có tên gọi sang cả hơn, *Dunhill* hay *Rothman,* và cả ba số 5 nữa. Trong khói thuốc thơm tho mùi "tư bản", Việt và tôi nghe như tình yêu cũng đậm đà hơn nhiều.

Hay những buổi trưa nắng đứng bóng, thành phố như uể oải trong giấc ngủ vội vàng, Việt và tôi đạp xe qua Hòn Chồng, trốn chạy thành phố ngột ngạt. Chúng tôi sánh bước bên nhau, leo qua những mỏm đá gập ghềnh đã nằm ở đây từ trăm năm trước. Đôi lúc, như có truyền giao cách cảm, hai đứa chợt ngoảnh mặt vào nhau, trao vội cho nhau một nụ hôn bất ngờ. Nấp dưới một kẽ hở giữa hai mỏm đá, chúng tôi lại tiếp tục hôn nhau, cho đến có kẻ nào tình cờ bước ngang bắt gặp, chúng tôi mới rời nhau ra, khúc khích cười mắc cỡ.

Hoặc có những ngày lười lĩnh không muốn đi đâu, Việt và tôi quấn lấy nhau trên căn gác ở nhà anh. Dưới nhà là một cái quán nhỏ ba má anh buôn bán những món lặt vặt để sống qua ngày. Chúng tôi thường ra ngồi ở cái bao lơn hẹp trên gác, nhìn mông ra những căn nhà lô nhô kế cận, chỉ chừa ra vài khoảng trống để lộ khoảng trời xanh hiếm hoi. Rồi lại hôn nhau, lại thủ thỉ những lời vô nghĩa, và cười phá lên vì những điều vô nghĩa đó.

Có hôm, Việt chợt bảo:

"Ngày trước, Ti thích thằng Vũ lắm phải không?"

Không biết từ lúc nào, Việt đã đổi qua gọi tôi là Ti và xưng là anh. Tôi đoán anh dùng chữ cái đầu tiên của tên tôi để gọi như trong tiếng Anh. Tôi thích cách xưng hô mới mẻ này lắm. Nó như một kiểu mật mã riêng giữa hai chúng tôi. Tôi chỉ là Ti với anh, chỉ với mình anh thôi. Tôi thoáng đỏ mặt:

"Anh cũng biết sao?"

"Sao lại không biết!"

"Như vậy là anh cũng có để ý đến Ti?"

Việt quàng lấy vai tôi:

"Ti không biết chứ hồi đó anh đã thích Ti rồi, nhưng lúc nào bên Ti cũng có thằng Vũ..."

Tôi giụi đầu vào vai anh, để cho cử chỉ đáp lại thay cho lời nói.

Tôi ít tập đàn hơn, và càng ít viết nhật ký hay làm thơ hơn trước. Có lẽ, đối với tôi, nhật ký chỉ là nơi để tôi than mây khóc gió, và thơ thẩn cũng chỉ để tôi trút những muộn phiền vào đó. Có lẽ, hạnh phúc làm người ta trở nên "nông cạn", hai chữ này Việt thích dùng để chê bai những kẻ thiếu cuộc sống nội tâm hay không ưa sách vở. Việt mê đọc sách lắm, chẳng kém gì tôi. Anh đã ngốn biết bao nhiêu cuốn sách của thời trước 75 may mắn còn sót lại, như tập thơ *Mưa Nguồn* của Bùi Giáng, hay cuốn *Triết Lý Mới Trong Văn Nghệ Và Triết Học* của Phạm Công Thiện. Anh còn thích những câu thơ đầy hoài niệm của Hoài Khanh:

*Rồi em lại ra đi như đã đến,*
*Dòng sông kia cứ vẫn chảy xa mù.*
*Ta ngồi lại bên cầu thương dĩ vãng,*
*Nghe giữa hồn cây cỏ mọc hoang vu.*

Hay bốn câu thơ khác:

*Người con gái chợt về đây một bận,*
*Con đường câm bỗng sáng ánh diệu kỳ.*
*Tôi lẩn trốn bởi thấy mình không thể,*
*Mây của trời rồi gió sẽ mang đi.*

Tôi còn nhớ những lần nghe anh đọc những câu thơ như vậy, tôi ôm lấy anh nói:

"Việt đừng đọc những câu thơ buồn đầy ám ảnh đó nữa, Ti sợ lắm."

Việt siết chặt tay tôi, rít một hơi thuốc dài, rồi phả khói vào mặt tôi, làm tôi ho lên sặc sụa. Tôi như muốn chết ngộp, nhưng chết một cách sung sướng trong làn khói thuốc yêu thương đó.

# CHƯƠNG 13

Việt rủ tôi lên Võ Cạnh chơi. Võ Cạnh là một thôn nhỏ nằm về phía nam của thành phố Nha Trang. Bà nội anh có một căn nhà vườn trong thôn đó. Dĩ nhiên là tôi sốt sắng nhận lời. Dạo này má tôi thấy tôi đi chơi liên miên với Việt, bà biết chuyện gì đang xảy ra. Ái ngại nhìn cô con gái tuổi vừa lớn đang yêu, bà cũng không biết phải làm gì hơn là nói bóng gió:

"Con gái đi chơi với con trái phải ý tứ nghe con, đừng để máy bay vượt bức tường âm thanh đó!"

Tôi nghe má dặn dò như vậy mà không khỏi cười thầm trong bụng. Ngày xưa, má học tới bằng sơ học yếu lược rồi nghỉ ở nhà, phụ ông ngoại tôi trông coi một tiệm sách. Má không học cao, không đọc sách nhiều, chẳng hiểu làm sao biết được hiện tượng vật lý của phi cơ vượt bức tường âm thanh để dùng ví von với chuyện trai gái!

Sau những ngày vui bên nhau ở biển cả xanh rờn hay trong những quán cà-phê với tiếng nhạc xập xình, tôi thực sự thích thú với chuyến đi về miền thôn quê với Việt. Ngả đầu vào lưng anh, tôi miên man nhìn những cánh đồng lúc ấy lúa hãy còn con gái, hít đầy mùi thơm của đồng ruộng vào hai buồng phổi. Đi qua một khoảng dài trên Quốc Lộ số 1, Việt rẽ xe vào một vùng thôn quê tương đối vắng vẻ. Nhà bà nội của Việt đúng là một căn nhà điển hình của miền quê Trung phần. Phía trước là khoảng sân rộng, bà phơi đầy những cái bánh tráng tự tay bà làm lấy. Việt dựng xe, dắt tôi vào nhà chào bà nội:

"Nội! Con về chơi nè. Có Thuỳ Linh bạn con nữa nội."

Bà nội của Việt trông khoảng 80 tuổi, móm mém trả lời:

"Lâu dữ mới ghé nội há con. Con nhỏ này là bạn con hả?"

Tôi lễ phép vòng tay chào bà. Bà cười hiền hoà:

"Ờ, hai đứa ở đây chơi. Thằng Việt ra đằng sau hái dừa xuống cho bạn con uống. Trưa trưa rồi bà nội dọn cơm cho bây ăn."

Việt háy mắt với tôi, nắm tay tôi lôi ra đằng sau nhà. Khoảng vườn sau của bà nội rộng mênh mông, đủ thứ cây ăn trái: dừa, xoài, mãng cầu, vú sữa, khế, ổi... có cả mấy cây me cao chót vót. Việt bảo mỗi năm tới mùa me chín, bà nội kêu bạn hàng vô hái, trả mỗi cây vài trăm bạc, về bán lại lời cả mấy chục lần.

Ngó trước ngó sau không thấy bóng bà nội đâu, Việt bạo dạn ôm hôn tôi một cái. Tôi mắc cỡ đẩy anh ra. Việt cười tít mắt, cởi áo ra, xắn hai ống quần, kiếm một con dao gần góc bếp sau nhà rồi thoăn thoắt leo lên cây dừa, chặt xuống hai trái to bằng đầu người. Tôi nhìn Việt làm hết những việc đó bằng cặp mắt thán phục. Hôm nay, Việt như là một người khác mà tôi chưa thấy bao giờ. Anh lanh lẹn chặt dừa, vạt hết lớp vỏ xanh bên ngoài một cách thành thạo, rồi khoét một cái miệng trên chóp trái dừa, đủ để ụp một cái ly vào rồi dốc ngược lại cho nước dừa chảy qua. Hai đứa tôi ngồi nhâm nhi ly nước dừa ngọt ngào, rồi Việt lại hí hoáy lấy muỗng nạo lớp dừa non bên trong ra, cho vào ly của mỗi đứa. Tôi nghe những mảng dừa non tan êm ái trên đầu lưỡi, say say nhẹ nhàng với hương vị trái cây của miền quê yên ả. Tiếng chim ríu rít đâu đó trong những tàng cây. Mặt trời chưa đứng bóng mà tôi đã nghe tiếng gà trưa gáy trong sân sau của bà nội. Tôi quay qua nhìn Việt:

"Ở miền quê thích thật, Việt há!"

Khi nắng đã lên cao, tiếng bà nội trong nhà gọi hai đứa vào ăn cơm. Chúng tôi bước vào bếp, vừa lúc bà nội đang lễ mễ bưng nồi cơm ra để xuống cái bàn tre. Tôi mau mắn chạy lại bếp, giúp bà nội mang ra tô canh rau ngót và dĩa cá bông lau kho mượt mà, rồi so đũa, bới cơm ra chén. Ba bà cháu ngồi ăn cơm trong không khí lặng tờ của miền quê. Thỉnh thoảng, bà nội hỏi thăm về ba má Việt, hay hỏi tôi con cái nhà ai. Tôi ăn cơm chưa bao giờ thấy ngon miệng như hôm ấy, nghĩ đến câu *Cơm lành, canh ngọt,* thấy sao mà đúng quá đỗi.

Cơm nước xong, Việt pha cho bà nội bình trà bông lài, rót cho bà một tách còn nóng hôi hổi, sau đó hai đứa tôi hưởng xái hai tách còn lại. Bà nội uống hết tách trà rồi vào trong nghỉ trưa. Việt và tôi bưng hai tách trà ra ngồi trước hàng hiên, vừa thổi vừa hớp từng ngụm trà nhỏ, thơm phức mùi bông lài tự tay bà nội ướp lấy. Khung cảnh quanh tôi bình dị quá, nhưng không hiểu sao tôi thấy nó chính là buổi dạ tiệc huy hoàng mà tôi là cô Ti lọ lem và Việt là hoàng tử mà tôi không đời nào tưởng tượng ra nổi.

Việt cất tiếng, phá tan sự yên lặng giữa hai đứa:

"Ti có muốn ra bờ sông chơi với anh không? Sông gần đây lắm, đi bộ năm bảy phút là tới."

Hình như tôi có khẽ giật mình:

"Ở đây cũng có sông hở Việt?"

Việt cười xoà:

"Ti của anh học địa lý Việt Nam mà không biết là ở nước mình, hầu như chỗ nào cũng có sông ngòi hay sao?"

Anh nói tiếp:

"Ở vùng này có con sông Cái chảy qua, đến khúc thôn xã này thì nó lại có tên riêng là sông Tắc. Cũng đẹp lắm. Ti đi với anh ra đó chơi nhe."

Tôi lắc đầu. Thôi, tôi không muốn thấy con sông nào trong đời tôi nữa. Dòng sông trước kia tôi về ở Phước Thiện quê Vũ, tôi đã muốn quên đi. Việt đừng cho tôi thấy dòng sông nào nữa hết.

Thấy tôi im lặng, tuy không hiểu vì sao, Việt cũng nói xuôi xị:

"Nếu Ti không thích thì mình cứ ngồi đây chơi. Để bớt nắng một chút rồi anh chở Ti về."

Dẫu sao đi nữa, tấm bản đồ trong trí nhớ của tôi cũng đã ghi lại cái tên Võ Cạnh đầy kỷ niệm êm đềm sau chuyến đi đó, kể cả tên dòng sông mà tôi nhất định không chịu ra thăm–sông Tắc. Hơn nữa, chuyến đi này cũng khác hẳn lần tôi về thăm Vũ ở miền quê của anh, nơi tôi mang đến một tình yêu tuyệt vọng, để rồi lại ngậm ngùi mang về. Còn trong lần đi chơi vừa qua, Việt đã dành cho tôi một tình cảm thật ngọt ngào, thật trọn vẹn, đáp lại tình yêu nồng thắm của tôi với anh. Mong sao đây sẽ là một ký ức đẹp còn mãi trong tôi về sau này.

# CHƯƠNG 14

Mùa xuân sắp tới. Mấy cây mai trước nhà ông ngoại tôi cần lặt lá mới sớm trổ bông cho kịp Tết. Việt rất chịu khó, ngày ngày ghé nhà tôi phụ tôi lặt lá mai. Năm nay, tôi thấy Tết có một ý nghĩa mới lạ, sâu xa. Hay là *anh cho em mùa xuân*? Tôi cặm cụi làm một cái thiệp xuân bằng tay dành riêng cho Việt, trong đó tôi trịnh trọng ghi: *"Gởi anh một mùa xuân mới, cùng tất cả những gì của riêng Ti dành cho anh."* Rồi mùa xuân vui tươi trở về, chẳng khác gì những cảm xúc dạt dào trong hồn tôi. Tuy vậy, những ngày Tết lại là những ngày tôi và Việt ít gặp nhau, vì đứa nào cũng bận rộn với việc nhà, khó mà lẻn ra ngoài đi chơi với nhau như những ngày thường. Tối tối, tôi nằm trên giường, đợi giấc ngủ đến, tất nhiên là nghĩ đến Việt, thầm hỏi không biết giờ này anh cũng có đang nghĩ đến mình hay không.

Thiên hạ bảo khi nào hết "mồng" thì hết Tết. Mấy ngày xuân qua rồi, tôi hăm hở trở lại cuộc sống thường ngày, chỉ mong sao sớm gặp Việt. Hai đứa lại gặp nhau, lại tiếp nối những ngày vui, những giờ phút thân mật bên nhau.

Nhưng... càng ngày tôi càng có cảm tưởng rằng Việt chỉ đến với tôi cho có lệ, như một thói quen chưa bỏ được. Hai đứa vẫn thường xuyên đi chơi với nhau, nhưng Việt có vẻ ít nói hơn trước, hay có nói thì hình như cũng gắng gượng thế nào. Có lẽ Việt đã chán tôi rồi hay sao. Cho đến một hôm, tôi thấy chịu không nổi tình trạng này nữa. Hai đứa đang đi xe đạp trên con đường chạy dọc theo bờ biển. Tôi bảo Việt:

"Anh ghé xuống chỗ bãi biển khúc này đi. Ti muốn nói với anh một chuyện."

Việt quay lại nhìn tôi, thoáng ngạc nhiên, nhưng cũng im lặng làm theo lời tôi nói. Anh dựng xe ở một gốc dừa, rồi hai đứa ngồi xuống gần đó. Có lẽ Việt cũng đoán được tôi muốn nói gì. Phải một lúc thật lâu, tôi mới thu hết can đảm lên tiếng:

"Anh chán Ti rồi phải không? Không sao đâu, Ti cũng đoán trước rồi sẽ có ngày này. Ti chỉ không ngờ là nó đến sớm như vậy..."

Tôi ngưng nói vì nghẹn ngào muốn khóc. Hồi giờ tôi chưa khóc trước mặt ai, nên tôi phải cố ghìm nước mắt lại. Nhiều khoảnh khắc im lặng nặng nề trôi qua, Việt vẫn chưa biết phải nói sao. Có lẽ vì tôi đã nói đúng tim đen của anh. Lát sau, tôi định thần lại, lần này nói thong thả hơn:

"Việt đừng bận tâm. Linh chấp nhận tất cả. Chắc chúng ta khó có thể trở thành bạn sau chuyện này, nhưng Linh sẽ cố gắng. Cái gì rồi cũng sẽ qua hết."

Việt làm thinh, đưa tay nắm lấy tay tôi. Hai đứa ngồi như thế hồi lâu, rồi lặng lẽ đứng lên, quay lại chỗ gốc dừa. Việt chở tôi về nhà anh. Quán vắng người, chắc má anh vừa đi đâu đó. Việt kéo tay tôi chạy nhanh lên gác. Vào phòng, anh đẩy tôi nằm xuống giường, hối hả phủ lên mặt tôi những cái hôn cháy bỏng, những nụ hôn mà về sau này đã dần dần thưa thớt. Tôi lịm người trong niềm hạnh phúc nhỏ nhoi vừa tìm lại, thân xác hân hoan đón nhận những cảm xúc ngập tràn như muốn vỡ oà ra, mê mải...

Hình như sau đó hai đứa đã thiếp đi một lúc. Khi tôi tỉnh giấc, Việt vẫn còn say ngủ. Gương mặt anh trông bình yên, dễ thương quá đỗi. Tôi thở dài ngồi dậy, sửa lại áo quần cho ngay ngắn rồi rón rén bước xuống giường, sợ làm kinh động giấc ngủ của anh. Tôi đi thật nhẹ xuống cầu thang, mắt trông chừng xem có lỡ gặp ba má Việt hay không. May quá, quán vẫn lặng tờ, không có ai ở đó. Tôi chạy vù ra khỏi nhà, nhập vào dòng người thưa thớt đang đi bộ trên vỉa hè trong ánh nắng chiều màu nhạt, dường như chưa tỉnh hẳn khỏi giấc ngủ trưa đến bất ngờ.

Rồi ngày tháng của tôi lại khoác lên khuôn mặt cũ của thuở nào, chẳng khác gì sau chuyến đi Phước Thiện ngày trước. Tôi trở lại với nỗi buồn, tuy lần này đau hơn gấp ngàn lần trước. Việt vẫn đến chơi, tuy không rủ tôi đi đâu xa mà chỉ quanh quẩn ở nhà tôi, chỉ tôi lại những bài tập đàn. Tôi cũng chẳng còn hứng thú gì với chuyện đó là mấy. Những lần ghé chơi của Việt dần thưa thớt đi, rồi sau cùng anh không đến nữa.

Má tôi tinh lắm, có lần gạn hỏi tôi:

"Sao má không thấy thằng Việt tới chơi nữa? Bộ tụi con giận nhau rồi sao?"

Tôi gượng trả lời:

"Giận hờn gì đâu, má. Thích thì tới chơi, không thích thì thôi chứ chẳng có sao hết."

Má tôi làm thinh, chắc bà cũng thấy tội nghiệp có đứa con gái không gặp may mắn như vậy. Bà quay đi, dường như để giấu một tiếng thở dài không ngăn được.

Còn tôi, mỗi ngày tôi quay cuồng theo một loại cảm xúc khác nhau. Có ngày lòng tôi tràn đầy oán hận. Có ngày tôi buồn rũ liệt. Cũng có ngày tôi thấy lòng khoan dung, muốn tha thứ cho Việt, cho tất cả những ai đã làm khổ người khác.

Có lúc tôi thấy khinh bỉ, thương hại cho tất cả những kẻ chẳng hiểu sao lại có thể dứt tình với người khác dễ dàng như vậy. Bọn họ chẳng khác gì những con bò ngặm cỏ ngu ngơ trên cánh đồng. Họ là những con bò vì họ không có trí nhớ, không nhận nhìn ra được những người mà họ đã yêu thương thuở nào.

Tôi tình cờ thấy một cuốn băng cassette cũ, không biết ai đã cho mình. Trong đó có những bài hát rất sến do những ca sĩ hạng C trình bày mà thường ngày tôi không bao giờ thèm nghe. Nhưng táy máy sao không không biết, tôi lại bỏ nó vào cái máy cũ rích, dây *couroir* đã nhão, làm nó hát lên những lời nhừa nhựa, rất... sến, nhưng lại quá thích hợp với tâm trạng của tôi lúc này:

*Những ngày tháng mộng xin trả lại em,*
*Con đường từng qua giờ hãy quên tên...*

Hay là:

*Còn lại những gì*
*sau những ngày thêu hoa dệt mộng,*
*Còn trao nhau chi*
*khi chính lòng đã hết chờ mong...*

Cha mẹ ơi, tôi đã đổ đốn mất rồi hay sao mà nghe những lời hát sến sủa như vậy cũng xúc động, cũng thấy đau lòng! Hay là trong tận cùng ngăn tim của mỗi người, ai cũng "sến" như thế? Có lần chi lời lẽ văn hoa hay cao siêu mới diễn tả được hết những tâm tình của thế nhân phải không.

Trả lại hết cho anh đó, Việt. Anh giờ chắc đã quên hết rồi, nhưng tôi thì phải cố quên những điều không đáng nhớ. Cả đời tôi sao cứ phải bôi bôi xoá xoá từng chặng như thế nhỉ. Chắc tôi cũng nên hoá thành một con bò không trí nhớ thì tốt hơn.

Có ngày, tôi thức giấc, thấy lòng tràn trề biết ơn Việt, thay vì giận anh. Cám ơn Việt. Cám ơn trời đất. Nhờ anh, tôi đã biết được thế nào là tình yêu. Thêm một lần đau khổ, sau những cảm xúc oán hận, tôi chỉ còn lại lòng biết ơn đối với Việt. Lời bài hát thấm thía của một nhạc sĩ nào đã vỗ về trái tim bị thương của tôi:

*Dù đến rồi đi, tôi cũng xin tạ ơn người,*
*Tạ ơn ai đã cho tôi còn ngày quên kiếp sống lẻ loi...*

Và cũng cám ơn anh thật nhiều, đã không đưa tôi ra thăm dòng sông Tắc. Trong trí tưởng tượng của tôi, nó mãi mãi sẽ là một dòng sông thật đẹp, dù tôi chưa bao giờ đến một lần.

# Phần III

# Có Khi Sông Là Biển

# CHƯƠNG 15

Tôi không phải là thi sĩ, nhưng chắc cũng giống như những thi nhân của đất Việt, thường gửi gấm tâm tình u uất vào những vần thơ của mình. Những bài thơ viết xong, tôi cặm cụi chép vào nhật ký, xen vào những lời than thân trách phận, hờn mây khóc gió. Cuốn nhật ký, tôi cất kỹ trong ngăn kéo ở cái *table de nuit* cũ kỹ bên cạnh chiếc giường nhỏ trong phòng ngủ. Cũng may là má chưa lục ra đọc lần nào. Nếu không, chắc má đã lắc đầu ngao ngán khi đọc thấy những câu thơ yếm thế của đứa con gái tội tình mà tuổi chưa đến đôi mươi:

*Ngày tháng này là những trưa mắt đỏ,*
*Nghe gió luồn qua những lối thân quen,*
*Ngóng chim về bên thềm vắng, mái hiên,*
*Và nắng đổ trên sân vàng thương nhớ.*

Ngày thì rộng, tháng thì dài, tôi biết làm sao cho hết, nên phải tìm quên bằng cách lao vào những "sinh hoạt phường khóm" ở địa phương mà trước đây tôi thường tìm cách trốn tránh như khai bệnh, hay viện cớ phải ở nhà phụ má chăm sóc ông ngoại đang trở bệnh nặng. Tôi ghi tên vào nhóm dạy "bình dân học vụ" trong khóm của mình để khỏi phải đi "lao động" mỗi tháng. "Học trò" của chúng tôi phần lớn là phụ nữ, chỉ có một vài người đàn ông, tuổi từ trung niên đến cao niên, ngày xưa chắc vì cơm áo không được học chữ, nay "cách mạng" bắt phải đi học i tờ, nếu không thì sẽ bị cắt phần gạo và nhu yếu phẩm hằng tháng. Tôi đi dạy như vậy, mỗi tháng cũng mua được mấy ký gạo, chứ không có lương lậu gì cả.

Nhóm "thầy cô giáo" tay ngang này, ngoài tôi ra còn có hai anh chàng cùng trang lứa là Thanh và Thu. Hai anh này nhà ở gần nhau, và chỉ cách nhà ông ngoại tôi chừng mấy trăm thước. Từ nhà chúng tôi đến lớp có thể đi bộ được, qua vài con đường im ắng, có những hàng cây sum sê tàng lá hai bên vệ đường, thoang thoảng mùi gió từ đại dương, vì chỗ chúng tôi ở không xa biển là mấy. Lớp học nhóm vào buổi tối, học trò chỉ lèo tèo năm sáu người, đi học thật trễ, lại hay xin về sớm. Lớp học là trụ sở của khóm, có dựng một tấm bảng đen dã chiến tựa vào vách tường, bên cạnh là vài viên phấn vụn. Những người lớn tuổi, sau một ngày mệt nhọc để kiếm sống qua ngày trong xã hội "mới", thường than mệt nhọc, mắt mờ, cả người mỏi mê, học làm sao vô, họ bảo vậy.

Tụi tôi thì mệt kiểu khác, đang còn tuổi ham chơi mà phải đi làm, nhất là vào ban đêm, tuy mỗi tuần đến lớp chỉ có hai lần. Mấy người lớn nói tiếng Việt dẻo quẹo, nhưng không biết đọc, thấy việc gắn âm vào chữ, hay nhìn chữ cho ra âm, sao mà khó vậy. Ba vị thầy cô thì thi nhau mà đọc như cuốc kêu cho học trò nghe, giảng giải, sửa giọng, tập viết cho học trò cũng chẳng kém phần vất vả. Thanh, Thu và tôi lớn lên ở miền Nam tự do, được hấp thụ nền giáo dục nhân bản, văn minh của chế độ cộng hoà, được dạy bảng mẫu tự tiếng Việt một cách thanh tao, đọc *a, bê, xê, dê, đê...* đàng hoàng đâu vào đó, chẳng thua kém gì bảng mẫu tự tiếng Tây. Bây giờ mấy ông ở rừng ra, bắt phải đọc và dạy học trò là *a, bờ, cờ, dờ, đờ...* nghe thật chướng tai và đọc thật ngượng miệng, vậy mà phải theo cách đó, không thôi bị dán nhãn "phản động" thì cũng rầy rà. Chẳng hạn như ngày xưa chúng tôi được dạy đánh vần chữ "Việt" là *vê... i... vi... ê... vê... tê... viết... nặng... việt,* thì bây giờ mấy ông bảo phải đánh vần theo kiểu *i... ê... tờ... iết... vờ... iết... viết... nặng... việt,* chúng tôi phải đau khổ mà làm y như vậy.

Niềm vui của ba đứa chúng tôi là... lúc lớp học kết thúc, học trò lục tục ra về, miệng thì ngáp dài liên tục, trong lúc chúng tôi hân hoan chạy ra khỏi trụ sở khóm, hít hà mùi thơm của cây lá trong đêm tĩnh lặng. Ba chúng tôi sánh bước đi bên nhau, lúc nào tôi cũng đi giữa, Thanh và Thu đi hai bên, tựa như vô tình làm *"gạc-đờ-co"* cho cô giáo nhỏ nhắn là tôi. Giữa hai anh chàng, Thanh đẹp trai hơn Thu, lại có vẻ "sang" hơn một chút, ăn mặc lúc nào cũng chỉnh tề, có phần chải chuốt, dù chỉ là để... đi dạy bình dân học vụ. Thu, trái lại, có vẻ "trung bình về mọi phương diện", xuề xoà, giản dị. Thanh hoạt bát, dí dỏm, còn Thu ít nói, không thích đùa. Tôi là người đứng giữa, cố dung hoà cá tính khác nhau của hai người bạn mới này. Những lúc cùng đi đến lớp với nhau, cùng dạy học (theo ba nhóm nhỏ), hay cùng đếm bước về nhà, tôi thấy tạm quên đi nỗi buồn lúc nào cũng canh cánh trong lòng. Mỗi lần như vậy, hình ảnh của Việt như mờ đi một chút trong tôi, vì tôi đang bận bịu nói cười rôm rả với hai "đồng nghiệp" bất đắc dĩ.

Chẳng biết tôi có giàu tưởng tượng hay không, nhưng tôi có cảm tưởng là hai anh chàng này cũng có cảm tình với tôi, một loại cảm tình "đặc biệt" chứ không phải thứ cảm tình suông của một người với một người. Với tưởng tượng đó, tôi thấy lòng mình lâng lâng vui sướng, nghe như tự ái được vuốt ve, sau mối tình buồn với Việt. Không có gì làm tổn thương nặng nề bằng cảm giác mình bị phụ tình, bị, "bỏ", hay nói thẳng thừng ra là bị "đá". Tôi chưa bao giờ quên câu *Em là gái trời bắt xấu,* vốn là tựa đề tập thơ nổi tiếng của nữ sĩ Lệ Khánh, mà cũng là nỗi niềm của riêng tôi. Ngặt một điều là khi yêu, chắc ai cũng quên đi chính mình, cũng tan vào cảm xúc, chỉ thấy hai tâm hồn quyện vào nhau mà không còn nhớ tới dung nhan của ai là ai. Ngày trước, Việt có vượt qua được bề ngoài tầm thường—nếu không muốn nói là xấu xí—của tôi thì anh mới yêu được tôi, tôi vẫn thường nghĩ vậy. Bây giờ, thấy Thanh và Thu dường như cũng nhìn thấu đến tâm hồn của tôi hay sao mà hai anh chàng cùng đối xử với tôi thật dịu dàng, đằm thắm.

# CHƯƠNG 16

Một hôm, Thanh, người hoạt bát, như muốn tỏ ra rằng mình có khiếu nhận xét, nói với Thu, nhưng chắc là cốt để tôi nghe:

"Thuỳ Linh là người sống nội tâm, phải không Thu?"

Thu, người điềm đạm, đủng đỉnh trả lời:

"Ông khỏi cần nói tôi cũng biết!"

Tự hồi nào, hai anh chàng này đã bắt đầu "cạnh tranh" với nhau, và đối tượng của sự cạnh tranh đó không ai khác hơn là tôi. Những lời qua tiếng lại giữa hai anh chàng, tuy không có gì nặng nề, vẫn toát ra những ý tứ ngầm khích bác nhau, hay cố tỏ ra một cách gián tiếp cho tôi thấy, mỗi người trong bọn họ mới là kẻ "trên cơ", đáng để cho tôi chú ý đến hơn người kia. Chẳng hạn, khi tôi vừa nói lên điều gì, Thu thường mau mắn trả lời trước, trái với tính hay trầm ngâm cố hữu của anh ta. Về phần Thanh, hắn cũng nhận thấy sự thay đổi đột ngột này của "đối thủ", lại như càng trở nên hoạt bát hơn trước. Chỉ có tôi ở giữa là vui vẻ thấy mình cũng không đến nỗi tệ, đang được là mục tiêu nhắm tới của hai chàng trai mới lớn. Nỗi buồn lâu nay tạm lắng xuống, bên cạnh những niềm vui nho nhỏ với hai người bạn mới này.

Những đêm cùng đi dạy với nhau về, tôi là người chia tay với Thanh và Thu trước, vì nhà của họ gần hơn, còn tôi phải đi thêm một đoạn đường nữa mới về đến nhà mình. Những câu chuyện chúng tôi trao đổi với nhau thường về các đề tài không ăn nhập gì đến cuộc sống ngột ngạt lúc bấy giờ, mà hướng về những chuyện xa vời như văn chương, âm nhạc hay phim ảnh, như những lối thoát khỏi thực tế phũ phàng. Có lúc tôi nhắc đến nền thi ca tiền chiến và những thi sĩ nổi tiếng thời đó như Xuân Diệu, Huy Cận hay Chế Lan Viên, thì Thanh nhanh nhẩu ứng khẩu ngay:

"Ồ, tưởng gì chứ tôi thuộc lòng nhiều câu thơ của những nhà thơ này lắm!"—rồi hắn đổi giọng ngâm nga, mà lại dám cả gan đổi lời của tác giả—*Trăng sáng, trăng xa, trăng rộng quá, ba người nhưng chẳng bớt bơ vơ...*

Hắn tiếp tục, chuyển sang mục... bình thơ:

"Huy Cận diễn tả chỗ này thật tuyệt. Tình yêu là không bao giờ cảm thấy đủ cả, lúc nào cũng muốn tràn đầy, muốn thêm nữa, thêm nữa..."

Thu phá ra cười:

"Thôi đi ông cụ non, nhưng mà là bé cái lầm! Hai câu này là của Xuân Diệu chứ Huy Cận cái nỗi gì!"

Thanh tỉnh bơ, tỏ ra không hề hấn gì khi bị kẻ địch tấn công, nói tiếp:

"Xuân Diệu với Huy Cận, tuy hai mà một, tuy một mà hai mà lị. Ông không nhớ mấy câu *Tôi nhớ Rimbaud với Verlaine, hai chàng thi sĩ thoáng hơi men, say thơ xa lạ mê tình bạn, khinh rẻ khuôn mòn bỏ lối quen...* hay sao chứ?"

Thu cảm thấy mình cũng phải trổ tài:

"Xuân Diệu hay Huy Cận có lãng mạn mấy cũng không bằng cái lãng mạn vò xé, khắc khoải trong tình yêu của Chế

Lan Viên: *Nàng không lại, và nàng không lại nữa, cả thân ta dần tan trong hơi thở, một đêm nay lòng hỡi biết bao sầu!"*

Không dưng tôi biến thành "cô giáo", tủm tỉm cười, thầm cho điểm hai chàng trai đang hào hứng tranh tài. Con đường về khuya thật thanh vắng, sương đêm mát lạnh, chỉ có tiếng nói cười vô tư, dòn dã của bọn tôi vang lên trong cõi đêm.

*

Rồi cuối cùng hình như tôi đã quyết định "chấm điểm" cho hai anh chàng đó. Tôi cho Thu điểm cao hơn, dù anh ta rõ ràng là thua kém Thanh về nhiều phương diện. Không hiểu sao, bản tính lầm lì, im lặng của Thu lại lôi cuốn tôi hơn là sự hoạt bát, ồn ào của Thanh. Bề ngoài bình dị của Thu một hôm bỗng trở thành thứ yếu đối với tôi, khi tôi biết ra anh chàng này, ngoài tài thuộc làu thơ phú, còn biết sáng tác nhạc và có nét chữ viết tay thật đẹp, thật bay bướm. Thanh biết chơi đàn, nhưng làm sao so sánh được với kẻ biết soạn nhạc như Thu. Hơn nữa, Thanh như một cuốn sách mở, bao nhiêu trang giấy, chữ nghĩa phơi bày ra rõ rệt, còn Thu không khác gì một cuốn sách cũ, khép kín, phủ đầy bụi, nằm im lìm chờ đợi một bàn tay nào đó giở ra, lần theo từng trang giấy để khám phá ra những tâm tình chôn giấu trong đó.

Dần dần, tôi hiểu rõ Thanh và Thu hơn, vì chúng tôi đã bắt đầu gặp gỡ, đi chơi với nhau ngoài những lúc cùng nhau dạy học. Thanh thì lúc nào cũng cởi mở, vui vẻ. Còn Thu thì dường như có một tâm sự, một nỗi buồn gì mà anh ta không thổ lộ được. Làm việc và đi chơi với nhau một thời gian, tôi mới thấy ra rằng thật sự cảm tình của Thanh và Thu đối với mình cũng không hẳn là đặc biệt như tôi đã lầm tưởng. Chắc phải tách tĩnh từ "đặc biệt" ra khỏi danh từ "cảm tình" của họ dành cho tôi thì đúng hơn. Biết được vậy, tôi cũng hụt hẫng và thoáng buồn đôi chút, nhưng rồi cảm xúc đó cũng qua đi. Đổi lại, tự dưng tôi thấy một chút gì háo hức muốn chinh phục hai người, không, chinh phục Thu—không phải Thanh—mới đúng.

Tôi trở nên lãng mạn bất ngờ. Lãng mạn một mình thôi, không có người nào bên cạnh, nhưng cũng đủ ngây ngất để thỉnh thoảng lại đi ra biển, ngồi trên bãi cát, chỉ để ngắm màu xanh ngăn ngắt của đại dương, để nghe tiếng sóng vỗ bờ, để nghe hàng dừa reo trong gió, như những ngày xưa còn yêu Vũ. Lãng mạn chưa bao giờ chết trong tôi. Tôi đã quên mất biển trong một thời gian dài, vì sau Vũ, tôi có những dòng sông xuất hiện trong đời, và tôi có Việt. Tôi nghe như mình đang thầm thì xin lỗi biển. Biển đã hiện diện trước mắt tôi từ thuở ấu thời, nên nhiều khi tôi coi thường nó, coi như chuyện đã đành. Nhưng ngẫm lại, cũng chính biển đã đem lại cho tôi bao nhiêu cảm xúc dạt dào, như đại dương bao giờ cũng dạt dào, mênh mông. Có một thời, tôi đã mải mê tìm đến những dòng sông, như tìm đến những cảm xúc mới lạ. Rồi những dòng sông đó đã phụ tôi, để cuối cùng tôi đã trở về với biển cả. Cũng như tôi đã tìm ra những người bạn mới trong chuỗi tháng ngày nhạt nhẽo của mình.

# CHƯƠNG 17

Hôm qua, tôi quyết định đến nhà Thu chơi mà không báo trước. Đó là một ngày trong tuần, tôi biết ba má Thu đã đi làm nên mới mạnh dạn đến nhà anh ta. Đứng trước cửa nhà Thu, tôi hồi hộp nhìn cái chuông, một hồi sau mới dám đưa tay ra bấm nút. Thu ra mở cửa, khá ngạc nhiên khi nhìn thấy tôi. Hồi giờ lúc nào chúng tôi cũng gặp nhau cả ba người, đây là lần đầu tiên chỉ có Thu và tôi. Anh nói, như không tin vào mắt mình:

"Ủa, Thuỳ Linh đến có chuyện gì vậy?"

Tôi hơi ngượng, ừ, mình đến có chuyện gì vậy nhỉ. Một lát sau, tôi mới đáp:

"Ơ... Linh đi ngang nhà Thu, tự dưng muốn ghé chơi vậy mà!"

Như một phản xạ, Thu nhìn sang nhà Thanh cách đó vài căn, hỏi tiếp:

"Thanh có thấy Thuỳ Linh ghé đây không?"

"Linh không biết,"—tôi cắn môi—"mà Thanh có thấy hay không cũng có sao đâu!"

Chắc Thu thấy mình nói hớ, mở rộng cửa, mời tôi vào, không nói gì nữa. Tôi e dè bước vào nhà, không dưng thấy cảm động vì được đứng trong nhà của Thu, trong thế giới rất riêng tư của anh, mà hồi giờ tôi chưa bao giờ mường tượng ra. Bỗng dưng, cả hai đứa cùng luống cuống, không biết nói gì, làm gì nữa, mặc dù mọi lần đi chung với Thanh, chưa bao giờ chúng tôi có cảm giác đó. Sau một thoáng im lặng nặng nề, Thu cất tiếng phá tan bầu không khí ngột ngạt bằng một giọng cố làm ra vẻ tự nhiên:

"Thuỳ Linh ngồi chơi ở đây nhe. Tôi chạy ù ra đầu đường mua một bao thuốc lá. Hết thuốc rồi, sáng ra chưa có cà phê cà pháo gì cả! Về rồi tôi sẽ pha cho hai đứa mình hai tách cùng nhâm nhi cho vui."

Tôi chưa kịp ừ hử gì thì Thu đã biến mất ra ngoài đường. Tôi khẽ khàng ngồi xuống cái sofa, nhìn quanh quất trong phòng khách. Gian phòng tĩnh lặng một cách lạ thường. Đúng là mỗi nhà là một thế giới khác, chứa đựng biết bao nhiêu điều, bao nhiêu bí mật, mà người ngoài không thể hiểu nổi. Trên vách không có tranh ảnh gì cả, chỉ có một bức hình của ba má Thu và anh đặt trên cái tủ chè nằm im lìm trong góc. Thu là con một trong gia đình, tôi chỉ biết có vậy thôi.

Tôi ngồi lóng ngóng một mình chưa đầy năm phút thì Thu đã về. Anh ào vào trong nhà như một cơn gió, tay cầm một điếu thuốc đang cháy dở. Hôm nay tôi mới biết là Thu hút thuốc, trước đây chưa bao giờ thấy anh phì phèo thuốc lá cả. Có điếu thuốc, Thu như tỉnh hẳn ra, và vui vẻ nữa:

"Thuỳ Linh đợi có lâu không? Để tôi vào pha cà phê uống nhe. Linh uống đen hay có sữa?"

"Cho Linh chút sữa,"—tôi e dè nói, không còn tự tin như mọi lần.

Thu vào bên trong một chốc rồi trở ra với hai tách cà phê trên tay. Anh nhẹ nhàng đặt hai cái tách xuống bàn rồi lên tiếng mời tôi. Khi tôi với tay nâng tách cà phê lên, Thu lại đánh diêm mồi thêm một điếu thuốc nữa.

"Hồi giờ Linh có thấy Thu hút thuốc đâu!"—tôi nói, giọng như có một chút trách móc.

Thu rít một hơi thuốc dài, mắt lim dim nhìn làn khói trắng anh vừa nhả ra, khoan khoái, nói với giọng hờ hững:

"Tôi còn nhiều điều Thuỳ Linh chưa biết lắm."

Tôi không biết đáp lại câu đó làm sao lên chỉ im lặng hớp một ngụm cà phê sữa cho khỏi thấy trống trải. Sau đó thì tôi biết mình có thể nói gì:

"Thu pha cà phê sữa khéo lắm. Không quá đắng, không quá ngọt."

"Ước gì đời mình cũng được thăng bằng như thế,"—Thu tiếp lời tôi nói.

"Sao Thu có vẻ chán đời như vậy?"—Lần đầu tiên tôi mới nhận thấy Thu có đôi mắt thăm thẳm, như chứa đựng nhiều điều u uất.

*"Đời đáng chán hay không đáng chán, cất chén quỳnh riêng hỏi bạn tri âm."*—Thu đọc lên hai câu thơ như để trả lời tôi, mà cũng như cùng tác giả hỏi một câu đầy triết lý đó—"Thuỳ Linh có biết ai là tác giả hai câu này không?"

"Chịu!"—tôi lắc đầu—"Nghe câu này đâu đó mà Linh không biết là của ai."

"Của Tản Đà đó Linh. Cả trăm năm trước mà ông đã hỏi câu này rồi!"—Thu nói, như đang ở một nơi nào khác.

Chợt như trở về với thực tại, Thu nhìn tôi soi mói:

"Tại sao hôm nay Thuỳ Linh lại ghé chơi? Có phải là vì Linh nghĩ tôi có ý gì với Linh không?"

Bị một câu hỏi quá bất ngờ, tôi nghe lạnh cả mình. Tôi không dè Thu lại hỏi thẳng thừng như vậy. Phản ứng, ngôn từ trong tôi bay đi đâu mất cả. Tôi ngồi ngây ra như tượng, chẳng nói chẳng rằng. Chắc thấy tôi tội nghiệp quá, Thu hạ thấp giọng, dịu dàng nói:

"Xin lỗi Thuỳ Linh nhiều. Tôi ăn nói đường đột quá. Tôi không có ý làm Linh buồn."

Bấy giờ, tôi đã trấn tĩnh lại phần nào, nói rời rạc:

"Thu đâu có lỗi gì. Thu chỉ nói lên những gì Thu nghĩ mà. Người đường đột mới chính là Linh đây."

Thu nói, như đang trong một giấc mơ:

"Ừ, mà Thuỳ Linh nói đúng đó. Tôi có ý gì với Linh thật. Tôi quý Linh lắm, quý hơn Linh có thể tưởng tượng được. Nhưng... tôi không dám tiến xa hơn chút nào nữa, vì... vì... vì một lý do mà tôi không muốn cho Linh biết. Chẳng có ích lợi gì cả. Chẳng có ai sửa đổi được gì đâu."

Tai tôi như ù đi, không còn nghe Thu nói nữa. Tôi loạng choạng đứng lên, lúng búng mấy lời từ giã, rồi quay ra cửa, đi như trốn chạy. Con bé lọ lem ngày nào lại chạy như ma đuổi, như lịch sử vẫn muôn đời lặp lại. Có khác chăng là tôi không làm rớt lại chiếc giày nào, vì dẫu có thể, cũng chẳng ai buồn nhặt lên để tìm lại chủ nhân của nó chi cho phiền toái. Buổi trưa hôm ấy trời nắng gắt, mà hồn tôi nghe giá buốt tựa mùa đông.

# CHƯƠNG 18

Ngày tháng như khoác lại bộ cánh buồn bã cũ, còn tôi mang lại chiếc mặt nạ ngậm ngùi tưởng đã quên đi. Tôi hí hoáy mấy dòng thơ vào trang nhật ký tội tình:

*Con lòng tong nhỏ trôi đi,*
*Bâng khuâng buồn lại phương phi giữa trời.*
*Thêm một lần bước rong chơi,*
*Thấy trang kinh ấy là lời hư không.*

Sau hôm ở nhà Thu về, tôi lên văn phòng khóm xin nghỉ dạy bình dân học vụ. Họ bắt tôi phải chuyển qua đi lao động hai tháng một lần. Tôi nhận lời ngay, không nghĩ ngợi gì cả. Thôi thà lâu lâu phải đi ra khỏi thành phố, làm việc tay chân, có lẽ cũng tốt cho đầu óc khỏi phải phải vướng bận gì. Tôi còn muốn trốn chạy luôn thành phố này. Nhưng sao lúc nào tôi cũng phải trốn chạy hoài vậy nhỉ. Tôi còn biết đi đâu đây. Nơi này là nơi chôn nhau cắt rốn, tôi có trốn được nó thì cũng đâu thể nào trốn tránh chính mình. Tôi là nạn nhân của chính tôi chứ nào phải của ai.

Không biết tự lúc nào, tôi trở lại với thói quen đạp xe đi loanh quanh thành phố. Thành phố thân quen, im lìm, chịu đựng này mà tôi đã tạm thời quên bẵng lâu nay, bây giờ như ôm choàng lấy tôi, bao dung, vỗ về. Thành phố không giận tôi, còn tha thứ cho tôi, còn thương xót cho tôi nữa. Tôi đạp xe đi miên man, từ con đường này qua con đường khác, đi dưới những tàng cây rậm rạp toả bóng mát, hay băng qua nhiều con phố chỉ toàn là các dãy nhà sừng sững hai bên đường, không có lấy một bóng râm. Đi trong thành phố mà hồn tôi thả tận đâu đâu, trong đầu chỉ hiện lên hình ảnh những dòng sông—dòng sông tôi đã thấy, dòng sông tôi chưa bao giờ thấy, và, chợt tôi nghiệm ra rằng sông có khác gì biển đâu. Sông cũng tràn đầy nước và nước như biển cả, cũng dạt dào cảm xúc, nhớ thương, buồn giận, cam chịu, lặng lờ. Sông ngọt ngào, trầm lắng; biển mặn mà, đôi khi thịnh nộ. Nhưng con sông nào rồi cũng quay ra biển, hoà nhập vào vùng nước mênh mông, mang lại nhiều hương vị pha trộn lạ lùng, khó hiểu.

Ngày trước, lẽ ra tôi đã nói với Vũ:

"Linh biết dòng sông này sẽ chảy về đâu rồi Vũ ạ."

Vũ sẽ hỏi:

"Về đâu hở Linh?"

Tôi sẽ khẽ vuốt những sợi tóc bay trong gió, mỉm cười đáp:

"Về biển cả. Và khi ra đến biển rồi thì không còn đâu là biên giới nữa. Ở Nha Trang, Linh cũng có thể 'cảm' được đoạn sông này của dòng sông Dinh."

Hay tôi đã hỏi Việt:

"Anh có biết vì sao Ti không muốn ra dòng sông Tắc với anh không?"

Rồi tôi sẽ tự trả lời câu hỏi của mình:

"Vì Ti không muốn bị thất vọng. Nếu Ti chưa bao giờ thấy dòng sông, nó sẽ mãi mãi đẹp và huyền ảo trong trí tưởng tượng của Ti."

Nếu Việt có hỏi gì, chắc tôi cũng chỉ khẽ cười và đổi sang đề tài khác.

Với Thu, chắc tôi sẽ không bao giờ có dịp nói chuyện với hắn nữa. Nhưng giả dụ có một lần nào đó được ngồi bên Thu (tôi phác hoạ ra hình ảnh Thu đang cầm hững hờ một điếu thuốc trên tay. Gương mặt hắn xấu xí nhưng đầy nét quyến rũ của nhà văn Jean-Paul Sartre), tôi sẽ hỏi Thu:

"Nhà Thu ở gần biển hơn nhà Linh. Thu có những suy nghĩ hay cảm xúc gì về biển?"

Tôi hình dung ra vẻ trầm tư của Thu, mờ ảo sau làn khói thuốc. Hắn sẽ chậm rãi trả lời:

"Sao Thuỳ Linh hỏi một câu bất ngờ quá vậy? Làm như Linh đọc được ý nghĩ của tôi vậy. Quả tình là tôi có một ngăn trong tim dành riêng cho biển. Biển là người bạn thầm lặng mà tôi có thể gởi gấm hết tâm tình, về những điều tôi không thể nói với bất cứ người nào khác."

Tôi sẽ hỏi bằng một giọng thật dịu dàng:

"Sao Thu lại u uất đến dường ấy? Linh không thể xẻ chia một chút gì với Thu sao?"

Tất nhiên là Thu sẽ lặng yên, và để thay câu trả lời, hắn sẽ đưa điếu thuốc lên môi, rít một hơi thật dài. Đốm lửa trên đầu điếu thuốc sẽ loé sáng lên, rực rỡ, và Thu sẽ thở ra những vòng khói trắng, bay mênh mông vào không trung. Và tôi sẽ ngậm ngùi im lặng theo, ngất ngây, say nhè nhẹ trong mùi thuốc lá, tưởng chừng như người ngồi đó là Việt. Như quá khứ chưa bao giờ mất đi, như những cảm xúc của tình yêu vẫn muôn đời còn đó.

Thu ngồi đó, mà như ngồi ở đâu đâu. Tôi ngồi bên cạnh, mà như ngồi ở một tinh cầu khác. Mỗi chúng tôi là một thế giới hết sức riêng tư, không tài nào bước vào được. Ồ không,

không chỉ là một thế giới, mà là cả một vũ trụ, thăm thẳm, khó hiểu, trải dài đến vô cùng vô tận. Mỗi chúng tôi là một cái chấm nhỏ trong vũ trụ bao la, mà cũng chứa đựng cả một vũ trụ bất tuyệt trong lòng của mỗi đứa.

Chiều hôm trước, trong ánh nắng vàng nhàn nhạt, buồn bã đang phủ nhẹ lên cả thành phố, tôi lại đạp xe đi rong. Chiếc xe đạp cũ kỹ của tôi kêu lên ken két, thật trái ngược với niềm câm nín nặng nề trong tôi. Lúc xe rẽ qua đường Yersin, đi qua trước bệnh viện thành phố, tôi chợt thấy Thu và mẹ từ trong cổng bệnh viện đi ra. Thu đang dìu mẹ đi, nét mặt người mẹ như thất thần, mệt mỏi, bệnh hoạn. Tôi muốn dừng xe lại, xuống chào mẹ Thu và hỏi thăm hai mẹ con, nhưng chợt quyết định thật nhanh rồi tiếp tục đạp xe về phía trước. Chắc Thu đang bận bịu, không nhìn thấy tôi. Có lẽ hai mẹ con cũng không lòng dạ nào để chào hỏi tôi lúc ấy. Nhưng... chắc vì mẹ Thu bị bệnh nặng hay sao mà Thu có những thái độ, lời lẽ khó hiểu dành cho tôi hôm tôi đến nhà chơi, phải chăng là như thế. Thốt nhiên, tôi thấy thương Thu quá đỗi. Hoá ra Thu đang buồn vì bệnh tình của mẹ mình nên tỏ ra yếm thế, lạnh nhạt với tôi. Tôi đến thật không phải lúc. Nghĩ đến mình, tôi thầm cảm tạ ơn trên đã cho tôi thật nhiều may mắn. Ba má, anh chị em trong gia đình tôi vẫn mạnh khoẻ, bình an. Tuổi mới lớn của chúng tôi phải được vô tư, phải được hưởng những ngày xanh tươi mát, hồn nhiên, chứ đâu phải nặng lòng với những nghịch cảnh trong gia đình.

# CHƯƠNG 19

Thấy tôi vắng mặt trong buổi dạy tuần trước, Thanh ghé nhà tôi hỏi thăm vì sao. Tôi bình thản trả lời:

"Tự nhiên chán dạy rồi, Thanh ơi! Thuỳ Linh xin nghỉ luôn rồi."

Thanh nhìn tôi, dò xét:

"Thuỳ Linh với Thu có chuyện gì không, mà tôi thấy hắn thay đổi lắm. Buồn hẳn ra, lầm lì còn hơn trước nữa."

"Ai biết được!"—tôi nhún vai, cố làm ra vẻ thản nhiên, bất cần. Tôi muốn kể cho Thanh nghe mình có thấy Thu và mẹ trước cổng bệnh viện, nhưng nghĩ sao lại thôi. Chắc Thu cũng không muốn ai biết chuyện này.

Thanh lại hỏi:

"Hay là Linh giận tôi?"

Tôi bật cười, giả lả:

"Trời đất ơi, Thanh có làm gì để Linh giận đâu chứ!"

Thanh không để ý đến câu trả lời của tôi lắm. Hắn nói, giọng tư lự:

"Thật ra thì... Thu với tôi đang... giận nhau, Thuỳ Linh à."

Tôi tròn mắt:

"Hai ông mà giận nhau? Đàn ông con trai mà cũng bày đặt giận với hờn nữa sao?"

Thanh cười cười:

"Ai nói phụ nữ được độc quyền giận dỗi há?"—ngừng một chốc, hắn thấp giọng nói—"Nói giận thì cũng không đúng, chỉ là... mất hứng nói chuyện với nhau thôi."

Tôi trở nên hiếu kỳ:

"Nhưng tại sao lại có chuyện như vậy?"

"Vì Thuỳ Linh đó!"—Thanh buông thõng câu trả lời.

"Vì Linh?"—tôi lại trợn mắt lên—"Chuyện gì kỳ cục vậy?"

Thu ngó lên tàng cây nhãn trong vườn nhà ông ngoại để tránh ánh nhìn của tôi:

"Vì tôi hỏi Thu có thích Thuỳ Linh không."

Lần này thì tôi không biết nói gì nữa, chỉ tiếp tục nhìn Thanh, chờ nghe tiếp câu chuyện, hai mắt vẫn tròn xoe.

"Hắn không trả lời, mà hỏi lại tôi y như vậy."

Tôi thấy vui vui, khoanh hai tay lại, đợi câu trả lời cho câu hỏi của mình:

"Rốt cục thì ai là người trả lời câu hỏi đó?"

Thanh mím môi:

"Không ai cả. Mà đâu có cần ai phải trả lời. Bộ Linh không tự biết được sao?"

Bây giờ thì tôi thấy luống cuống. Im lặng một lúc lâu, tôi mới nói, ngượng ngùng:

"Chỉ có vậy thôi mà hai ông giận nhau?"

"Rồi tôi hỏi tiếp,"—Thanh chợt hạ thấp giọng—'Bộ ông ghen hả?' Nói xong, tôi nhìn thẳng vào mặt Thu. Hắn cười gằn, khoanh hai tay lại trước ngực, nói rõ từng tiếng 'Ông ghen với tôi thì có!'"

Tôi nghe những lời đối đáp do Thanh kể lại mà chợt thấy thích thú. Niềm kiêu hãnh được hai đứa con trai cãi nhau vì mình chợt nhường cho nỗi lo sợ. Tôi hấp tấp hỏi:

"Rồi sao nữa? Hai ông không... đánh nhau chứ?"

"Suýt nữa thì có chuyện lớn, Thuỳ Linh ạ,"—Thanh cười nửa miệng—"Cái bản mặt của Thu lúc ấy tôi thấy sao mà đáng ghét thế, chỉ muốn tát cho một cái mới hả. Nhưng tôi kiềm cơn giận lại kịp, chỉ bỏ đi một mạch, không thèm nhìn lại. Đêm đó là đêm cuối cùng Linh còn đi dạy với tụi tôi, sau khi Linh đã chia tay đi về nhà."

Tôi thở dài:

"Chắc hai ông hiểu lầm nhau đó thôi. Bạn bè như tụi mình mà giận nhau thì đáng tiếc lắm."

Tôi còn muốn nói thêm—"Vả lại, hình như gia đình Thu đang có chuyện không vui,"—nhưng chỉ đứng làm thinh một hồi lâu. Thanh cũng không nói gì nữa, lặng lẽ gật đầu chào tôi rồi ra về.

Nhưng chỉ một tuần sau đó, Thanh lại hộc tốc chạy đến nhà tôi:

"Thuỳ Linh biết gì chưa? Thu chết rồi!"

Tôi nghe mà rụng rời tay chân, lắp bắp hỏi lại Thanh:

"Thanh nói gì? Ai chết? Tại sao lại chết?"

Thanh không trả lời. Hắn đứng khóc ròng. Lần đầu tiên tôi thấy Thanh khóc. Nước mắt tôi cũng dàn dụa từ lúc nào. Hôm tôi đến chơi với Thu, không biết câu chuyện ngày hôm đó có liên quan gì đến cơ sự này không. Tôi lại hỏi:

"Mà tại sao Thu chết mới được?"

Thanh mếu máo đáp:

"Nó tự tử, Thuỳ Linh à. Uống mấy chục viên Chloroquine lận!"

Trời như đang sụp lên đầu. Đất như sụt dưới chân. Tôi vẫn lắp bắp:

"Tại sao lại tự tử?"

Thanh đã bình tĩnh lại, nhưng giọng hắn vẫn đầy nước mắt:

"Thu bị một chứng nan y. Nó chọn cách tự mình quyết định mạng sống. Ba má nó cho tôi biết như vậy."

Hai mắt tôi lại nhoè đi. Thanh ra về lúc nào, tôi không hề hay biết. Những lời nói của Thu hôm nào, có ngờ đâu là những lời cuối cùng tôi nghe được. Bây giờ. nghĩ lại, tôi thấy đó nghe ra như những lời trăn trối. Thu còn trẻ quá, trẻ quá... mà sao... mà sao... Tôi cảm thấy mình như chợt trở thành một chứng nhân bất đắc dĩ, nghe được những lời tâm sự của Thu, mà không có can đảm kể lại với ai, vì chính mình cũng đóng một vai trò khó nói trong câu chuyện đó.

Tôi bị sốc nặng. Những ngày tháng kế tiếp, tôi không còn nhớ ra khi nào là khi nào nữa. Tôi chỉ kể lại vắn tắt cho má nghe câu chuyện của Thu, cắt bỏ phần có mình trong đó. Ngày cử hành tang lễ của Thu, tôi chỉ dám đứng xa xa nhìn, không dám lại gần một sự thật vô cùng khủng khiếp. Người nào, kể cả Thanh, biết được tôi quen với Thu ra sao mà không đến nói được một lời chia buồn với ba má Thu, hẳn phải cho tôi là kẻ hết sức vô tình, quá đỗi bạc bẽo. Nhưng tôi không thể nào làm gì khác nữa.

# CHƯƠNG 20

Khoảng một tháng sau, vào một buổi trưa nắng gắt, tôi đang ngồi rầu rĩ bó gối trên chiếc giường của mình, ngó mông ra cửa sổ, thì má ghé đầu vào phòng tôi, bảo:

"Thuỳ Linh, có ba của Thu ghé, muốn gặp con."

Tôi hết hồn, nhớn nhác đứng dậy, vuốt vội mái tóc, bước vội ra khỏi phòng.

Ông Quy đang đứng trước hàng hiên. Má mời ông vào phòng khách, rồi xuống bếp mang lên tách trà nóng:

"Mời anh dùng nước. Xin chia buồn với anh chị nhiều về chuyện cháu Thu. Anh ngồi đây nói chuyện với Thuỳ Linh nhé."

Ba Thu nói lời cám ơn với má. Bà rút lui vào trong, còn lại tôi ngồi lóng ngóng, đối diện với ba của Thu. Tôi thu hết can đảm, nói với ông:

"Thưa bác, cháu xin lỗi bác thật nhiều đã không đến tiễn đưa anh Thu. Vì cháu... cháu..."

Tôi nghẹn ngào không nói tiếp được nữa. Ông Quy vội nói, giọng u uất:

"Bác thông cảm, cháu không cần giải thích. Hôm đó bác có thấy cháu đứng từ xa nhìn đến. Bác đoán cháu cũng có lý do riêng, nhưng bác tôn trọng cháu. Không có gì đâu."

Tôi nhìn ông với ánh mắt biết ơn, hai hàng nước mắt lăn dài trên má. Ông Quy ái ngại nhìn tôi. Hai mắt ông ráo hoảnh. Chắc ông đã khóc hết nước mắt, hay cũng có khi ông không nhỏ được giọt nào, để cho niềm đau khổ còn tăng lên biết bao nhiêu lần.

"Chắc cháu cũng thắc mắc vì sao hôm nay bác lại đến đây gặp cháu,"—ông Quy hắng giọng—"Thu nó mất đi, để lại hai lá thư, một lá cho vợ chồng bác, còn một lá là dành cho cháu đây."

Ông móc túi lấy một bì thư dán kín, chìa ra cho tôi. Tôi sững sờ đưa tay ra đón lấy lá thư, đầu óc vô cùng hoang mang. Ngôn từ trong tôi bây giờ tiêu tan đâu mất cả. Mọi cảm xúc của tôi như đang đông cứng lại, tôi không biết phải vui hay buồn, phải cười hay phải khóc.

Giọng ông Quy vang lên đều đều trong buổi trưa vắng lặng:

"Bác đoán Thu phải có cảm tình rất đặc biệt với cháu nên mới để lại lá thư này, ngoài lá thư dành cho hai bác. Bác muốn cám ơn cháu, vì đến đây để đưa lá thư này cho cháu, tự nhiên bác có một cảm giác thật ấm áp, như một niềm an ủi trong nỗi đau buồn sâu đậm của bác, như một níu kéo điều gì đã mất, dầu là trong tuyệt vọng."

Ông Quy đứng lên:

"Cháu mở thư ra đọc nhé. Mong là Thu không làm cháu buồn thêm qua những lời lẽ nó viết trong đó. Bác về đây."

Tôi thẫn thờ tiễn ông Quy ra ngoài cổng, ấp úng vài lời chào và cám ơn ông. Nhìn dáng ông đi xiêu vẹo trong nắng trưa buồn bã, tôi nghe như nát tan trong lòng, và sực nhớ ra là mình đã quên mời ông uống nước.

Tôi quay vào trong nhà. Má đứng dưới bếp ngó lên, không nói gì. Chắc má cũng nghe loáng thoáng những gì ba của Thu nói với tôi. Bà đứng yên, không bước lên nhà trên, để mặc tôi chạy vào phòng. Tôi ngồi xuống giường, hồi hộp mở phong bì ra, đọc lá thư của một người đã không còn nữa.

*Nha Trang ngày... tháng... năm...*

*Thuỳ Linh rất quý mến,*

*Chữ nghĩa sẽ còn mãi mãi, cho dù người viết chúng ra sẽ không còn nữa. Tôi viết những dòng này mà cũng thấy rợn cả người vì ý nghĩ đó. Ngay lúc này, tôi có một tâm tình rất ư là mâu thuẫn. Một mặt, tôi ước ao rằng Thuỳ Linh mến, không, rất mến tôi, và còn hơn như vậy nữa... để khi tôi ra đi cũng còn được một chút niềm vui cuối cùng mà cuộc sống đã tặng tôi. Mặt khác, tôi cũng mong là Thuỳ Linh chỉ... thích tôi một chút, một chút xíu thôi, để khi tôi không còn trên cõi đời này thì nỗi buồn của Linh dành cho tôi sẽ chỉ nhẹ như một làn gió thoảng.*

*Tôi không muốn nói rõ hơn điều gì nữa, vì lá thư này tự nó đã nói lên tất cả những tình cảm của tôi dành cho Linh. Giờ phút này, tôi còn ngồi đây viết những dòng chữ mà Thu đang đọc cũng đã là một cố gắng quá sức của tôi. Vì đáng lẽ ngay bây giờ phải là lúc tôi sám hối, gục đầu chịu tội bất hiếu không biết đến kiếp nào mới gột rửa được đối với ba má tôi.*

*Nhưng tôi vẫn mong ba má tôi cuối cùng rồi cũng hiểu được quyết định tàn nhẫn của tôi đối với mạng sống của chính mình. Bác sĩ đã cho tôi biết tôi không còn bao lâu nữa. Vậy thì tại sao tôi phải tự giết lần giết mòn mình vì bị nỗi sợ hãi gậm nhấm từng phút, từng giây? Nói khác đi, tôi đã thách đố định mệnh trớ trêu của mình bằng cách chứng tỏ cho nó thấy chính tôi, chứ không phải nó, mới là người định đoạt số phận của mình. Tôi mong Thuỳ Linh, bằng cách này hay cách khác, cũng sẽ hiểu được điều này.*

*Xin lỗi Linh về những lời nói sống sượng của tôi trong lần gặp nhau của tụi mình, lần đầu mà cũng là lần cuối. Tôi cố tình làm cho Linh ghét tôi để quên tôi đi, và cũng để cho tôi không có lý do gì để gặp lại Linh nữa. Bây giờ thì Linh đã hiểu tại sao hôm đó tôi lại ăn nói như vậy.*

*Cuối cùng, tôi muốn cám ơn Thuỳ Linh thật nhiều, thật nhiều, đã mang lại cho tôi niềm vui, dù rất đỗi mong manh, trong những ngày tháng còn lại của tôi (mà chắc Linh cũng không ngờ đến). Tôi không mất đi tất cả, vì tôi vẫn còn tình thương vô bờ bến của ba má tôi, còn tình cảm của Linh dành cho tôi, dẫu nhiều, dẫu ít.*

*Cũng nhờ Linh chuyển lời xin lỗi chân thành của tôi đến Thanh. Thanh là một người bạn rất tốt mà tôi đã tìm thấy được, chỉ trong một thời gian ngắn ngủi. Không biết Thanh có kể lại chuyện đáng tiếc giữa hai đứa tôi cho Linh nghe chưa, nhưng tôi phải mến Linh nhiều hơn thay vì bực hắn mới phải. Dầu gì đi nữa, chúng tôi cũng cùng chí hướng, cùng yêu mến một người, chẳng khác gì hai kẻ có cùng khiếu thưởng ngoạn văn chương hay nghệ thuật vậy.*

*Thuỳ Linh ở lại, sống cho thật tràn đầy, thật vui vẻ nhé. Chúc Linh đạt được những mộng ước của mình, ở nơi này, hay ở một phương trời xa xôi nào đó.*

*Người bạn thoáng qua đời Linh,*

*Thu*

Vài giọt nước mắt rớt lên lá thư của Thu. Tôi rưng rưng gấp tờ giấy lại, ấp vào lồng ngực của mình hồi lâu. Trong một thoáng, tôi thấy mình lớn hẳn ra, không còn là con nhỏ Thuỳ Linh vô tư ngày xưa nữa. Nhưng hình như tôi cũng ngậm ngùi từ giã hồn nhiên từ lâu rồi mà, từ lúc xa Vũ, xa Việt—và bây giờ—xa Thu mãi mãi. Tôi lẩn thẩn tự hỏi, giữa một người còn sống mà mình sẽ không bao giờ gặp lại, và một người đã mất đi thật sự, có gì khác nhau không. Hay với tôi, tất cả những kẻ đó đều đã chết hẳn, và đối với họ, tôi cũng đã chết từ lúc chúng tôi chia tay nhau.

Một chiều nọ, má đi đâu vắng. Tôi ở nhà một mình, thấy ngôi nhà như rộng hẳn ra, và tôi thì tự dưng nhỏ bé hẳn lại. Tuổi vừa lớn, tôi say mê khám phá những tình cảm mới lạ, mà tình cảm nào rồi cũng đem lại cho tôi những ê chề và bẽ bàng. Lâu nay tôi như quên mất má, quên đi một tình thương không bờ bến, không điều kiện. Tôi thấy thương má quá, và có lỗi với má thật nhiều. Tôi chỉ ích kỷ chạy theo những hình bóng xa vời, hiếm khi để ý đến má, săn sóc má. Thấy bà còn đi ra đi vô, còn nói nói cười cười, còn làm việc này việc nọ, tôi đã ỷ y quá đáng, coi như chuyện đã đành. Thốt nhiên, tôi giật mình nghĩ đến ngày má sẽ ra đi. Chẳng lẽ đến lúc đó tôi mới biết thương má hay sao.

Tôi ứa nước mắt, nhủ thầm lát nữa má về, tôi sẽ sà vào lòng má, sẽ hôn lên cái lưng gầy gò nhẫn nhục của bà. Chắc má sẽ vui lắm, nhưng bà sẽ làm bộ như bực mình, nhéo cho tôi vài cái rõ đau, và miệng thì càu nhàu:

"Cái con này! Lớn rồi mà cứ nhõng nhẽo như mới lên năm lên ba!"

Tôi giụi mắt, đến gần cái bàn học trong phòng, kéo cái hộc ra, cầm lên cuốn nhật ký của mình. Ngồi xuống giường, tôi lần giở ra những trang giấy chép đầy những dòng chữ, lúc nắn nót, lúc ngoằn ngoèo, như những tâm trạng khác nhau của tôi. Những con chữ như nhảy múa, toát ra nhiều âm thanh, khi thì bi tráng, lúc thì cuồng nộ hay nức nở. Và những câu thơ buồn bã, ai oán, trách móc, chen vào những lời văn chất đầy tâm sự sâu kín. Tôi đó sao, tôi của những năm đầu đời không may mắn với những mối tình qua mau như một làn gió biển mong manh, ngỡ ngàng khám phá những ngõ ngách tối tăm của đời sống. Giờ đây, tôi bồi hồi quay lại với ngày tháng cũ, bên người mẹ khoan dung, người mẹ mà hình ảnh tôi rất lấy làm tâm đắc qua một lời ca trong bài hát của một người nhạc sĩ ở miền Nam ngày xưa *"...Sau cơn mưa rộng, mẹ chờ bên bếp hồng."*

Tôi nhìn lại cuốn nhật ký lần cuối cùng, rồi đi ra bếp, tìm cái hộp diêm. Tôi mang cuốn vở ra phía sau nhà, bỏ nó vào một cái chậu hoa bỏ không rồi châm lửa đốt, Ngọn lửa từ từ liếm từng trang giấy. Cuốn vở cong oằn lên trong cơn thiêu đốt. Tôi lại rớt nước mắt, không biết khóc cho cuốn nhật ký, cho Thu hay cho chính mình...

Rồi một hôm tôi xuống thuyền vượt biên. Ngồi trên chiếc ghe nhỏ nhốn nháo gần cả trăm người ép vào nhau như cá hộp, tôi ngoảnh lại nhìn đất liền từ từ xa trong tầm mắt. *Hờn núi sông anh lạc xứ xa miền.* Câu thơ của Bùi Giáng chợt hiện lên trong đầu tôi ngay trong giây phút đó. Ừ, tôi đang hờn núi sông, hờn luôn cả những ai đã làm tôi sầu héo, hờn luôn chính mình cũng cam làm kẻ bội bạc. Xin chào biệt nước non yêu dấu. Chào biệt cả vùng biển quê nhà và những dòng sông năm cũ.

# Phần IV

# Sông Ra Biển Lớn

# CHƯƠNG 21

Chiếc ghe vượt biển nhỏ xíu, mỏng mảnh của chúng tôi vậy mà chất lúc nhúc đến hơn 80 thuyền nhân, chẳng khác nào một cái lá lạc loài trên đại dương mênh mông, không biết đâu là bờ bến. Đoàn người rời bỏ quê hương tụm năm tụm ba, rải rác khắp thuyền, co ro trong cái lạnh ngoài khơi xa tít tắp, đầu óc hoang mang với trăm ngàn ý nghĩ. Hồi trước, tôi thường nghe người ta kể, những chuyến vượt biển may mắn, nhặm lẹ nhất cũng phải mất từ một tuần lễ đến mươi, mười mấy ngày mới đến được bến bờ tự do. Giữa những tiếng rì rầm cầu nguyện hay thở dài của những người lớn và tiếng con nít khóc la om sòm, tôi ngồi bó gối, rầu rĩ không biết chừng nào ghe của mình mới băng qua hết vùng biển Đông để may ra tấp vào được đất liền đâu đó của xứ Phi Luật Tân, nơi có đến 7.000 hòn đảo lớn nhỏ. Ghe chúng tôi đi từ vùng biển miền Trung, nên nếu thuận buồm xuôi gió thì sẽ đến xứ Phi, còn nếu bị bão bùng thổi ngược lên hướng bắc hay trệch về hướng nam ắt phải đến Hồng Kông hay xuống Mã Lai, Nam Dương. Nhiều người đi thoát được, đến một trong những trại tỵ nạn ở các nước đó, viết thư về kể khổ nghe mà phát ngán.

Ghe chạy đều đều, áng chừng đâu cũng đã được mười mấy tiếng đồng hồ. Lúc chúng tôi lên ghe là khoảng nửa đêm trước, bây giờ mặt biển đã bắt đầu nhuốm vàng ánh nắng chiều. Chúng tôi chuyền cho nhau những cái ly chỉ vỏn vẹn chút xíu nước dưới đáy, uống cho đỡ khát, phải để dành cho những ngày sắp tới, không biết còn bao lâu nữa. Ai cũng nhấm nhá một ít lương khô để dằn bụng, nhưng cũng không dám ăn nhiều vì sợ lại khát nước. Tiếng máy ghe kêu xình xịch, xình xịch, nghe như nỗi nôn nao nặng nề của những người đang đánh đổi mạng sống để tìm đến tự do mà chưa biết nó ở chỗ nào.

Thình lình, từ phía cuối ghe, có nhiều tiếng người la lên, thảng thốt:

"Cháy! Cháy!"

Ai nấy trên thuyền đều nhớn nhác, quay về hướng có tiếng la. Vài người đàn ông vạm vỡ, chắc là trong nhóm tổ chức, chạy huỳnh huỵch về hướng đó. Tôi nghe trong người hồn phi phách tán, miệng lâm râm cầu Trời khấn Phật, cầu xin luôn cả chúa Giê-su, cho tai qua nạn khỏi. Hai mắt tôi nhắm nghiền lại, mặc cho chung quanh rào rào những tiếng nói, tiếng la, tiếng khóc.

"Hết cháy chưa? Hết cháy chưa?"—người ta nhao nhao hỏi, không biết hỏi ai, mà cũng không biết phải làm gì.

Có giọng ai hét lớn:

"Bà con làm ơn về chỗ ngồi giùm chút coi! Nhốn nháo quá coi chừng nước vô ghe bây giờ!"

Càng nghĩ tôi càng sợ. Bây giờ mà ghe cháy, máy hư thì sẽ ra nông nỗi gì đây? Chưa đi tới đâu cả. Cách đây chừng mươi phút, tôi nghe có chị đàn bà hỏi với theo anh tài công phụ đang đi qua:

"Mình ra tới hải phận quốc tế chưa anh?"

"Còn trong lãnh hải của Việt Nam!"—anh ta trả lời cộc lốc, rồi buông thêm một câu,"Mọi người đừng có ồn ào nhe. Công an biên phòng đi ngang thì chết cả lũ đó!"

Lời hăm he của anh ta có hiệu lực ngay. Mọi người đều nín khe, lũ nhỏ không biết mô tê gì tự nhiên cũng im thin thít. Hồi lâu sau mới có một đứa oà ra khóc, vậy là dàn đồng ca thiếu nhi lại nối tiếp. Người lớn nào không có con nít đi theo đều ngó nhau, lắc đầu ngao ngán.

Một đám khói to, đen nghịt đang bốc ra từ đuôi con tàu. Chẳng có vẻ gì là đám cháy đã được dập tắt. Tình hình bây giờ thấy nguy ngập lắm rồi. Chẳng ai còn nghe lời ai cả. Người đứng lên, kẻ ngồi xuống, nhiều người chạy về phía mũi thuyền làm chiếc ghe chòng chành như muốn chúi nhũi về phía trước. Họ hoảng sợ quay trở lại phần thân tàu, làm con thuyền cứ lắc lư, chao đảo tứ phía. Lũ con nít được dịp lại gào khóc inh ỏi. Giữa khung cảnh hỗn loạn đó, chợt có nhiều tiếng nhao nhao cất lên:

"Có tàu lớn đang đến gần bà con ơi!"

Theo nhiều cánh tay đang chỉ trỏ, mọi người hướng về đó, đồng loạt đứng lên rồi nối lời nhau reo lên:

"Có tàu lớn! Có tàu lớn!"

Mấy anh trong nhóm tổ chức lại gào khản cả giọng:

"Ngồi xuống! Ngồi xuống giùm hết đi!"

Từ xa, bóng dáng một con tàu khổng lồ đang dần dần rõ nét, nổi bật lên trên nền chân trời. Chắc cũng như mọi người quanh mình, tim tôi như thắt lại, rồi muốn vỡ oà ra vì niềm vui bất chợt.

"Tàu lớn thật, bà con ơi!"—người đàn bà cách tôi vài bước thốt lên—"Nhưng lỡ đó là tàu Liên Xô thì sao?"

Ai nấy như giật mình, lo lắng nhìn nhau. Ừ, nếu là tàu Liên Xô thì có nước quay về học lại... chủ nghĩa Mác-Lê Nin!

Có giọng cười lớn, đắc thắng của một thanh niên gần đó vang lên:

"Chẳng có Liên Xô Liên Xiếc gì hết! Là cờ nước Nhật chần dần trên cột đó, bà con không thấy sao?"

Mọi người cùng "ồ" lên một tiếng vui mừng lẫn nhẹ nhõm. Quả vậy, lá cờ trắng với mặt trời tròn trĩnh, đỏ thắm ở giữa đang bay phấp phới trên đỉnh cột trong ánh nắng chiều rạng rỡ. Tôi rưng rưng nước mắt. Chưa bao giờ tôi thấy xúc động khi thấy một lá cờ của một quốc gia khác như thế. Đây là chiêm bao hay là thật vậy ta? Sau cả chục năm sống cô lập trong thế giới độc tài cộng sản, tôi bàng hoàng hiểu ra có một thế giới bên ngoài, một thế giới tự do mà chúng tôi đang nhìn thấy, ngỡ ngàng và sung sướng.

Con tàu to lớn tiến gần hơn rồi từ từ dừng lại, giữ một khoảng cách đối với chiếc thuyền nhỏ bé của chúng tôi.

"Í cha, sao nó ngừng giữa chừng vậy?"—một thiếu nữ trạc tuổi tôi buột miệng—"Bộ đổi ý rồi sao cà?"

Anh thanh niên ban nãy cất giọng rành rõi:

"Phải ngừng lại chớ. Tới gần nữa thì con tàu khổng lồ đó có thể tạo ra những đợt sóng đủ lớn để đánh chìm chiếc ghe tí hon của tụi mình!"

Chúng tôi loáng thoáng thấy được từ trên boong tàu, một người cầm loa nói về phía chiếc ghe:

"Hello! Please remain calm. We are here to help rescue you. Please be patient and wait for our crew to get near you in our lifeboats."

Trời đất thiên địa ôi, cả chục năm trời rồi tôi mới được nghe lại tiếng Anh, thứ tiếng mà bọn cộng sản gọi là tiếng của đế quốc Mỹ, của bọn tư bản, của giai cấp bóc lột! Vốn liếng tiếng Anh hồi trung học của tôi cũng không đến nỗi tồi, vậy mà nó bỗng bay đi đâu mất hết. Tôi chỉ còn nhớ được chữ "help" và chắc mẩm là chúng tôi sẽ được thuỷ thủ đoàn trên con tàu này ra tay cứu vớt.

Từ bên kia, ba chiếc tàu phao từ từ được hạ xuống, trên mỗi chiếc có hai người ngồi sẵn. Ba chiếc tàu nhỏ tiến về phía chúng tôi, cập vào mạn thuyền. Những người thuỷ thủ, Nhật có, tây phương có—tôi không biết là từ những nước nào—cho phép người già và trẻ con bước qua trước, kế đến là phụ nữ rồi cuối cùng mới đến đàn ông. Ba chiếc tàu phải chạy qua chạy lại mấy vòng mới chuyển hết đám thuyền nhân chúng tôi lên con tàu cao sừng sững của họ. Lúc đến phiên mình hồi hộp leo lên bậc thang dây, tôi run rẩy toàn thân, gần như thở không được, phần vì xúc động cực điểm, phần vì đói, vì mệt, vì... không hiểu được những gì đang xảy ra trước mắt.

Lên đến boong tàu, một số người nằm vật ra, mệt lử vì mất sức. Một số khác, trong đó có tôi, đứng vịn tay vào lan can tàu, bồi hồi cảm động ngó lại chiếc thuyền mong manh đã đưa chúng tôi ra đến đây, đang dập dềnh trên sóng nước, trông buồn bã thế nào. Những thuỷ thủ cuối cùng còn trên chiếc ghe, sau khi đã đi khắp con thuyền để chắc chắn không còn sót người nào, đã đưa tay ra dấu hiệu cho nhau rồi xuống con tàu phao chót để quay lại tàu lớn. Trước khi rời đi, người thuỷ thủ ném một cây đuốc đang cháy vào lòng ghe để phóng hoả con thuyền. Ngọn lửa từ từ nhen nhóm lên lúc chiếc tàu phao đang xa dần. Tôi nghe có tiếng sụt sịt từ những người đứng gần mình. Ngọn lửa càng ngày càng lan rộng, bốc cao lên. Con thuyền vượt biển bây giờ chỉ còn là một đám lửa lớn, khói đen toả mịt mù trong không gian rồi lan rộng ra theo gió biển.

Tôi nghe mắt mình cay cay. Vậy là hết. Vĩnh biệt con thuyền đã đưa chúng tôi ra biển lớn, ra đến thế giới tự do bên ngoài. Thốt nhiên, trong khung cảnh mới mẻ này, trên con tàu giữa biển cả mênh mông, tôi thấy như xa lạ với chính mình, xa lạ với cuộc đời vừa chấm dứt của mình ở đất nước tội tình mà tôi vừa dứt áo ra đi. Hình ảnh những người thân yêu của tôi đang còn ở lại không dưng hiện ra mồn một trong đầu tôi: Ba, má, Thuỷ Trúc, Vũ, Việt, Thanh... và cả Thu nữa. Mới đó ra đó mà tôi đã thấy những bóng hình ấy xa vời vợi như từ cõi nào.

Một số thuỷ thủ trên tàu kêu gọi chúng tôi ngồi tập trung vào một chỗ để họ chính thức chào đón và hai cô y tá khởi sự chích ngừa cho từng người. Vài cô gái Nhật đi qua, trao cho chúng tôi mỗi người một cái túi nhỏ, trong đó có chiếc khăn ướp lạnh, thơm tho để lau mặt cho tỉnh táo, một cái xăng-uých kẹp thịt mà lâu lắm rồi chúng tôi mới thấy lại, một trái táo nhỏ và một lon nước ngọt còn đọng những giọt nước mát lạnh, tươi mát như niềm vui vừa tìm thấy của mọi người.

# CHƯƠNG 22

Đêm đầu tiên trên chiếc tàu Nhật tôi ngủ được một giấc thật ngon lành, không mộng mị. Chúng tôi được xếp vào ở trên tầng thứ nhì của con tàu, trong một cái khoang rộng lớn như một nhà kho. Giường của mỗi người là một cái phao hình chữ nhật bơm lên căng phồng. Gia đình có con cái thì được phao lớn hơn. Lập tức, chúng tôi trở thành một xã hội nhỏ, sinh hoạt với nhau thật vui vẻ. Chúng tôi hết làm thủ tục giấy tờ lại qua sắp hàng để lãnh thức ăn. Một số người được chọn để giúp nấu ăn trong nhà bếp, hay phụ bác sĩ, y tá làm thông dịch để họ khám những bệnh thông thường cho ai cần đến. Tôi cũng xung phong làm thông dịch, biết chữ nào dịch chữ đó, chỉ cầu mong sao có người nhức đầu tôi không dịch thành đau bụng thì rầy rà.

Con tàu bắt đầu quay mũi về hướng đông để đem chúng tôi đến Phi Luật Tân, quốc gia đã chính thức nhận chúng tôi vào trại tỵ nạn trên đất của họ sau khi ông thuyền trưởng đã liên lạc với đất liền xin phép. Con tàu to lớn là thế mà xem ra di chuyển thật chậm chạp giữa đại dương bát ngát. Nếu không ra đứng trên boong mà nhìn xuống nước để thấy con tàu thật sự đang rẽ sóng, bỏ lại đằng sau những vệt trắng xoá, chắc không ai có cảm tưởng là nó đang tiến tới một chút nào trên mặt nước. Bây giờ là ngày thứ nhì chúng tôi ở trên tàu. Sau bữa ăn chiều, người thì trở về chỗ ngủ, kẻ thì đứng trên boong tàu, ngắm cảnh hoàng hôn đang dần dần phủ xuống biển cả. Một đàn cá heo rủ nhau đồng loạt phóng lên khỏi mặt nước. Chúng tôi ai nấy đều trầm trồ, thấy được cảnh có một không hai này.

Hơn 24 tiếng đồng hồ sau khi chúng tôi được cứu vớt, con tàu mang quốc tịch Nhật Bản đã đổ nhóm thuyền nhân may mắn xuống cảng Puerto Princesa, thuộc đảo Palawan của Phi Luật Tân, theo thoả thuận giữa vị thuyền trưởng và ban quản trị trại tỵ nạn ở thành phố biển này. Cảng nằm về phía đông của hòn đảo nên con tàu phải đi một vòng qua phía bên kia đảo mới cập bến được. Từ đó, chúng tôi được chở bằng xe buýt về trại tỵ nạn PFAC (Philippines First Asylum Center), nơi tôi và mọi người chính thức bắt đầu cuộc sống tỵ nạn, được tạm dung trên xứ người.

Nơi chúng tôi dừng chân để làm thủ tục là một dãy "barracks" phủ mái tranh, dựng bằng những cây cột và lán bằng tre, trông thật dân dã và quen thuộc như ở Việt Nam. Người dân Phi rất hiền hoà, hiếu khách. Họ luôn miệng chào chúng tôi "Kamusta, my friend!" Sau này, khi đến Mỹ, được học tiếng Tây Ban Nha và biết lịch sử 500 năm Phi Luật Tân bị thực dân Tây Ban Nha đô hộ, tôi mới biết lời chào "kamusta" của người Phi là do câu thăm hỏi "¿Cómo está?" từ quê hương của chàng hiệp sĩ Don Quijote mà ra.

Lại điền đơn, làm giấy tờ. Lần này, bên cạnh các người Phi còn có một số người Việt làm thiện nguyện đi theo thông dịch. Những người ngày cũng là dân tỵ nạn, đến trước chúng tôi nên nhìn điệu bộ và cách ăn nói đầy vẻ tự tin. Chẳng bù như tôi là dân "newcomer", còn ngơ ngơ ngác ngác, chưa hoàn hồn từ một chuyến viễn du trong đời có một.

Đang ngồi lơ ngơ, chờ đến phiên mình để làm giấy tờ, tôi bỗng nghe có người gọi tên mình:

"Chị Thuỳ Linh!"

Tôi giật bắn cả người. Ai ở đây mà lại biết tôi vậy? Quay về hướng của tiếng gọi, tôi thấy Quỳnh Tiên, em họ của Việt, đang mừng rỡ tiến đến gần.

"Quỳnh Tiên!"—tôi thốt lên, giọng lạc hẳn đi—"Em qua đây hồi nào vậy?"

Quỳnh Tiên chưa trả lời vội, đưa cho tôi một chai nước Coca đã khui sẵn, vồn vã nói:

"Chị uống đi cho mát rồi mình nói chuyện,"—trong lúc tôi e dè hớp một ngụm nước mát rượi, Quỳnh Tiên liến thoắng nói tiếp—"Em qua đây được ba tháng rồi chị. Ghe của em tấp đảo ở El Nido, phía bắc của Palawan đó. Còn chị đi có một mình sao? Gặp chị ở đây em mừng quá! Lâu rồi, từ sau khi anh Việt lấy vợ, em không có dịp gặp chị nữa."

Tôi cười gượng, nói lảng đi:

"Ừ, lâu thật đó. Gặp lại Quỳnh Tiên ở đây chị cũng mừng hết lớn. Chị đi một mình thôi, nhưng đúng là tha hương ngộ cố tri, chị thấy đỡ lạc lõng nhiều. Em làm gì ở đây vậy?"

"Em làm trong văn phòng của Cao Uỷ Liên Hiệp Quốc, thường thông dịch cho đồng bào lúc làm giấy tờ hay phỏng vấn với phái đoàn của các nước thứ ba,"—Quỳnh Tiên nói với vẻ hãnh diện, khác hẳn với hình ảnh của cô bé rụt rè, ít nói mà ngày trước tôi đến nhà Việt chơi thỉnh thoảng có gặp.

Ngừng một chút, Quỳnh Tiên lại nói tiếp:

"Chị về nhà em ở đi nhe. Nhà em có hai người mới đi định cư ở Úc nên cũng trống trải. Để em nói với anh trưởng đoàn ghi tên chị vào nhà em há."

Tôi gật đầu như cái máy. Vừa vui vì sẽ được ở chung với Quỳnh Tiên, vừa vẫn còn tê tái vì nghe câu *"từ sau khi anh Việt lấy vợ..."* mà cô bé vô tình nói. Hoá ra đâu có dễ gì đoạn tuyệt với quá khứ. Chuyện tưởng như đã chìm vào quên lãng mà sao như đã vượt cả ngàn cây số, băng qua đại dương, để đeo đuổi, ám ảnh tôi ngay lúc này.

Quỳnh Tiên giúp tôi điền giấy tờ, vừa làm vừa nói đủ thứ chuyện. Tôi nghe tai này lọt qua tai kia vì cũng chưa thật tỉnh táo, chốc chốc lại gật gù ra vẻ hiểu những gì cô bé đang nói. Nhóm "Tàu Nhật Vớt" của chúng tôi—mới đó mà đã có biệt danh!—lục tục rời khỏi barracks, ai về nhà nấy, theo như sự phân chia của nhóm người làm ở văn phòng Cao Uỷ. Tôi sánh vai với Quỳnh Tiên, đi qua các dãy nhà tranh đơn sơ, mộc mạc, đằng trước có những cây cột giăng dây thép, phơi đầy áo quần bay phất phơ trong gió. Nhiều người đang đứng hay ngồi trước nhà, vẫy tay chào đoàn người vừa nhập trại, vui vẻ nói:

"Mới tới há bà con! Mừng rồi nhe!"

Đám con nít đang chơi đùa trước sân, cũng hoà vào niềm vui của người lớn, reo hò tở mở:

"A! Có thêm người mới tới trại, tụi bây ơi!"

Chúng tôi vẫy tay đáp trả, miệng cười thật tươi. Nhiều căn nhà đã toả ra mùi thơm quen thuộc của bữa cơm chiều sắp đến. Bất giác, tôi nhớ ra là mình đã đói bụng lắm rồi. Quỳnh Tiên cũng hít hà mùi thức ăn trong không gian, cười khúc khích:

"Kiến bò bao tử em rồi, chị Thuỳ Linh ơi! Mình về nhà ăn nhe. Chiều nay tụi em ăn bún với cá kho. Vô tình mà được đón mừng chị với món này há!"

Tôi bỡ ngỡ bước vào "nhà" của Quỳnh Tiên. Trong nhà còn có hai người nữa—hai mẹ con tên Thảo và Trang—niềm nở chào người vừa đến.

Sau bữa cơm ngon miệng, Quỳnh Tiên và tôi ngồi nói chuyện với nhau thật lâu, nhắc lại những kỷ niệm ngày trước ở quê nhà. Trái với đêm ngủ ngon trên chiếc tàu Nhật, đêm đó tôi trằn trọc mãi đến gần sáng mới thiếp được đi một chút.

# CHƯƠNG 23

Buổi sáng đầu tiên ở xứ Phi đem lại cho tôi thật nhiều cảm xúc. Tôi không thể ngờ được mình đang ở bên kia của biển Đông. Hồi đó, mỗi lần nhìn cảnh mặt trời mọc, tôi vẫn ước ao được đến những xứ miền tự do nằm ở bên kia bờ đại dương. Vậy mà giờ đây tôi đã cầu được ước thấy. Quỳnh Tiên rủ tôi ra một bãi cỏ rộng, nơi có nhiều người đang vươn vai tập thể dục, một cảnh tượng vừa vui vừa thú vị. Tôi làm những động tác nhẹ nhàng theo mọi người, trong đầu miên man nghĩ đến ba má và quê nhà. Bây giờ, quê hương tôi nằm về hướng tây. *Tôi ở trời đông tôi nhớ trời tây*. Câu này tôi nhớ loáng thoáng trong một bài hát nào đó. Chắc chẳng ai có thể vui trọn vẹn. Khi sắp sửa vượt biên thì chỉ nghĩ đến những điều sẽ có được; đến lúc đi thoát rồi lại bắt đầu nghĩ đến những gì đã mất.

Quỳnh Tiên giới thiệu tôi vào làm trong ban thông dịch của cô bé trong Cao Uỷ. Mới đầu, tôi cũng sợ lắm, nghĩ mình tiếng Anh được bao nhiêu mà dám thông với dịch. Dịch mà không thông, đồng bào không đi định cư được thì mình chắc có nước độn thổ. Nhưng ban thông dịch làm việc có tổ chức, quy củ lắm. Người mới vào như tôi đâu có được thông dịch ngay. Tôi được xếp ngồi cạnh Quỳnh Tiên, quan sát và học hỏi cách cô bé làm việc. Tôi phục Quỳnh Tiên sát đất. Mới qua Phi có ba tháng thôi mà cô bé nói tiếng Anh nghe thật lưu loát, dùng toàn những chữ "nhà nghề" mà hồi giờ tôi chưa nghe qua bao giờ.

Một tháng sau, tôi mới chính thức được ngồi làm thông dịch viên một mình. Vừa dịch vừa... run, nhưng những lần đầu tiên của tôi chắc cũng không đến nỗi tệ vì cả người phỏng vấn lẫn người được phỏng vấn đề tỏ ra khá hài lòng với kết quả. Tuy vậy, làm nghề nào mà không có lúc bị... tổ trác! Trong một buổi phỏng vấn, ông nhân viên trong phái đoàn Mỹ hỏi một thanh niên về chuyến đi bị hải tặc tấn công của ghe anh ta. Ông hỏi (và tôi ghi lại bằng tiếng Việt để dễ theo dõi):

*"Khi thuyền của các anh bị chìm thì làm thế nào mà anh và một số người sống sót đến khi được tàu cứu?"*

Anh ta trả lời:

*"Tụi tôi bám vào mấy cái phao của ghe."*

Tôi dịch lại:

*"We were holding on to the buoys from our boat."*

Vấn đề là thứ tiếng Anh tôi học ở Việt Nam dựa vào cách phát âm của người Anh chứ không phải của người Mỹ. Khi nghe đến chữ *"phao"*, tôi nhớ ngay đến chữ *"buoy"*, và còn nhớ thầy đã dạy tụi tôi là chữ này là chữ đồng âm với chữ *"boy"*, tức là hai chữ viết khác, nghĩa khác mà đọc y như nhau.

Nghe tôi dịch xong, ông Mỹ trố mắt lên, hỏi lại tôi:

*"Anh này và mấy người sống sót bám vào mấy đứa con trai?!!"*

Tôi gật đầu. Ông ta vẫn trợn mắt:

*"Con trai có nghĩa là không phải con gái?"*

Nghe ông ta hỏi vặn, tôi biết ông ta hiểu lầm, bèn hùng hồn trả lời:

*"Không phải đâu. Tôi nói 'buoy', viết là 'b-u-o-y', tức là cái mà nổi trên mặt nước đó, chứ không phải là 'b-o-y'!"*

Ông Mỹ vỡ lẽ, cười tủm tỉm:

*"Nếu vậy thì cô phải nói là 'bu-y' chứ đâu phải là 'boy'!"*

Tôi ngượng chín cả mặt, vừa ấm ức vì chắc chắn mình đã được học như vậy, nhưng không đủ chữ nghĩa để cãi với ông ta. Tôi lí nhí xin lỗi, chỉ muốn tìm chỗ nào mà lặn sâu cho rảnh. Sau này qua Mỹ, có dịp nói chuyện với một người gốc Anh, tôi mới khẳng định lại được "niềm tin" và tự giải oan cho mình. Anh này xác nhận rằng người Anh đọc hai chữ đó giống nhau, còn người Mỹ đọc khác nhau. Chẳng qua hồi đó tôi xui xẻo phát âm kiểu Anh với một người Mỹ mà thôi.

Một buổi tối, thấy Quỳnh Tiên đang ngồi hí hoáy viết viết, xoá xoá, tôi hỏi:

"Quỳnh Tiên viết thư về nhà hả em?"

"Dạ phải,"—Quỳnh Tiên nheo mắt với tôi—"Chị muốn gởi lời thăm anh Việt không?"

"Không,"—tôi tỉnh bơ lắc đầu—"Người ta có vợ rồi mà còn thăm với hỏi gì nữa. Mà em cũng đừng kể chuyện gặp chị ở đây làm gì nghe. Đâu có ai quan tâm làm gì!"

Nghe giọng chua chát của tôi, Quỳnh Tiên giả lả đổi đề tài:

"Tháng này chị có nhận nhiều thư từ bên nhà hai bác gởi qua không?"

"Có, em à. Một tháng mà má chị gởi qua tới năm lá thư đó!"—tôi cũng cười cho qua chuyện.

Mỗi buổi chiều thứ Tư, trong trại rộn rịp hẳn lên. Mọi người vui vẻ rủ nhau ra phòng phát thư để mong nhận được những lá thư từ Việt Nam sang, nhưng đặc biệt hơn là thư từ Mỹ, Úc, Pháp, Anh... bên trong thường có kẹp thêm một cái *money order* hay tờ đô-la, tờ franc hoặc tờ pound còn thơm phức mùi tiền mới của thân nhân gởi cho người còn ở trại. Ai nấy đều hồi hộp chờ đợi đến đúng giờ, cánh cửa ọp ẹp của phòng phát thư mới bật mở. Nhiều nhân viên thiện nguyện ngồi sau mấy cái bàn bắt đầu phân phát thư theo số khu trong trại. Ai cũng cố kiên nhẫn chờ đến lượt khu mình được đọc tên để lãnh thư. Thôi thì kẻ vui, người buồn, kẻ cười, người khóc... đủ cả. Có mấy cô cậu nhảy cẫng lên vì nhận được thư và tiền của người thân bên tây bên Mỹ, mà cũng có không ít người thất thểu quay về nhà vì chẳng thấy cánh nhạn nào đưa tin.

Quỳnh Tiên được một lá thư từ Việt Nam gởi qua, còn tôi không có thư Việt Nam mà lại nhận được một lá của cậu Cảnh gởi từ tiểu bang North Carolina bên Mỹ. Hai chúng tôi hí hửng rủ nhau ra ngồi trên chiếc băng đá trước ngôi chùa trong trại, háo hức xé phong bì ra. Mỗi người chìm vào thế giới riêng tư của mình, mặc cho kẻ qua người lại chung quanh. Trong lúc Quỳnh Tiên đang đọc thư với một vẻ trầm ngâm ít thấy, tôi cũng lướt qua những dòng chữ thăm hỏi ân cần của cậu Cảnh. Đây là lần thứ nhì tôi nhận được thư của cậu, và lần này... thật cảm động và hân hoan, tôi thấy một tờ giấy bạc 50 đô-la mà cậu Cảnh đã cẩn thận bọc lại bằng một tờ *carbon* để lỡ nhân viên bưu điện có dùng máy soi qua cũng không thấy được. Đây là một mẹo vặt của dân tỵ nạn kháo nhau để tránh chuyện mất tiền mặt trong thư ngoại quốc.

Cuối thư, cậu Cảnh ghi thêm mấy dòng, và tôi có thể cảm được bao nhiêu ân tình ẩn sau những lời lẽ đó: *"Cậu kèm vào thư này một tờ giấy bạc. Nếu Thuỳ Linh mà "hên" thì khi thư tới tay cháu nó vẫn còn trong đó!"*

Tôi nắm chặt lá thư, hình dung ra cậu Cảnh cặm cụi đi làm ở xứ người, chắc đồng tiền kiếm ra cũng không dễ. Vậy mà cậu gởi tiền cho mình, thật là cảm động. Cậu Cảnh là cậu út trong nhà. Khoảng cách tuổi tác giữa cậu và các cháu coi như là ít nhất so với những cậu dì khác của Thuỳ Linh và các anh chị em họ, nên cậu rất gần gũi, thân mật với lũ cháu. Đứa nào cũng mến cậu và ít "sợ" cậu như sợ các cậu dì lớn tuổi khác trong gia đình nhà ngoại. Vợ chồng cậu vượt biên cách đây ba năm, ở trại tỵ nạn Galang trước khi qua Mỹ định cư. Cậu không có con cái gì cả.

Quay qua nhìn Quỳnh Tiên, tôi thấy cô bé cũng đã đọc xong lá thư của mình, có vẻ tư lự lắm. Tôi lo lắng hỏi:

"Có tin gì bên nhà không em?"

"Có chị ạ, mà toàn là tin không vui,"—Quỳnh Tiên thở dài—"Mẹ em nói ba em cứ bệnh rề rề, vào ra bệnh viện hoài, mà nhà lại túng thiếu. Với lại... mẹ em cũng cho biết là anh Việt mới bị stroke, bây giờ yếu lắm."

"Trời đất!"—tôi không giấu được giọng thảng thốt—"Còn trẻ mà lại bị như vậy sao?"

"Hình như già trẻ gì cũng bị hết, chị à,"—Quỳnh Tiên nói với vẻ thạo đời—"Có điều là người lớn tuổi thì dễ bị hơn người nhỏ tuổi thôi."

Tôi không thể làm ra vẻ không quan tâm được nữa:

"Tội nghiệp há. Vợ của Việt còn trẻ quá, lo cho chồng cũng vất vả lắm."

"Mẹ em nói hai vợ chồng đã về ở gần gia đình chị ấy ở Cam Ranh để có người này người kia giúp đỡ."

Buổi chiều đang xuống thấp. Niềm vui của tôi cũng mờ nhạt hẳn trước cái tin về Việt. Hai chị em đi chầm chậm về nhà, mỗi người theo đuổi một ý nghĩ riêng. Rồi bóng tối phủ xuống thật nhanh. Các ngọn đèn đường bật sáng. Những người tỵ nạn rảo bước về nhà để lo bữa ăn tối, đi như những bóng ma trong một khung cảnh nửa thực, nửa hư, mờ mờ, ảo ảo.

# CHƯƠNG 24

Chuyện đời cũng trớ trêu, tôi qua sau Quỳnh Tiên mấy tháng, mà lại được phái đoàn Mỹ nhận trước. Ba của Quỳnh Tiên là trung tá trong quân đội cộng hoà, còn ba tôi mới làm tới đại uý thì đến ngày mất nước. Đáng lẽ ai cấp bậc cao hơn thì chính phủ Mỹ phải ưu tiên, đằng này... Quỳnh Tiên ức lắm, nhưng cô bé cũng khéo, trước mặt tôi không hề phàn nàn về chuyện trái khoáy này cả.

Tôi được phái đoàn Mỹ phỏng vấn lần chót trước khi chính thức được chấp nhận đi định cư. Vào đến vòng này, phái đoàn Mỹ có thông dịch viên riêng của họ từ Mỹ qua, chứ không dùng những người tay ngang như Quỳnh Tiên và tôi nữa. Cô thông dịch người Việt của tôi nhìn có vẻ dễ mến. Chắc cô ở Mỹ đã lâu rồi nên nhìn cô thật tự tin, chững chạc. Trước khi cuộc phỏng vấn bắt đầu, tôi rụt rè nói với cô:

"Chị cho phép em được nói thẳng tiếng Anh với bà Mỹ này để bà có cảm tình với em hơn, được không chị? Chỗ nào em kẹt thì nhờ chị giúp."

Cô thông dịch vui vẻ gật đầu:

"Được chứ em. Nói thẳng tiếng Anh thì hay quá. Có gì thì chị sẵn sàng giúp em mà!"

Tôi nói cám ơn cô. Bà Mỹ phỏng vấn tôi cũng hết sức dễ thương và tử tế. Tôi thấy mình thật may mắn vì giọng Mỹ của bà rõ ràng, dễ hiểu. Tôi mạnh dạn trả lời bằng tất cả vốn tiếng Anh mình có. Tôi nói năng lưu loát một cách lạ thường, như thể có ai đó nhập vào mình chứ không phải chính là tôi nữa. Cuối cùng, bà Mỹ bảo tôi đứng lên để đọc lời tuyên thệ. Tôi lặp lại lời bà nói như một cái máy, mọi cảm xúc trong người tôi lúc đó hoàn toàn tê dại.

Khi tôi ngừng nói, bà Mỹ long trọng bảo:

"You are now officially admitted to the Unites States of America. Congratulations!"

Tôi vừa hiểu lời bà nói, nhưng lại vừa không tin vào tai mình. Cô thông dịch viên biết tôi hiểu được câu cuối cùng này, nhưng cô cũng vui lây cho tôi nên nói lại bằng tiếng Việt một lần nữa:

"Em được chính thức nhận vào Mỹ rồi đó! Chúc mừng em."

Tôi không nhớ mình đã cám ơn bà Mỹ và cô thông dịch viên người Việt bao nhiêu lần, chỉ nhớ là mình đã bước ra ngoài, lòng lâng lâng một niềm vui khôn xiết. Thế giới càng này càng như mở rộng vòng tay đối với tôi, tựa hồ như tôi đang được đền bù vì đã buồn khổ nhiều trong những năm tháng vừa qua.

Những ngày còn lại của tôi trong trại để chờ được chuyển lên một trại khác trước khi qua Mỹ định cư, tôi sống thật tràn đầy như chưa bao giờ được sống như thế. Thấm thoát mà tôi đã ở trại PFAC được tám tháng trời. Buổi sáng, tôi vẫn tiếp tục làm công việc thông dịch trong văn phòng Cao Uỷ. Buổi chiều, tôi dạy Việt ngữ cho mấy đứa bé ở trường CADP (Center for Aid to Displaced Persons), tổ chức của các bà xơ đủ mọi quốc tịch. Còn thì giờ rảnh rỗi, tôi xin vào làm việc ở văn phòng Counseling, thông dịch cho những người cần giúp đỡ khi gặp khó khăn về tinh thần hay vật chất trong những tháng ngày tỵ nạn ở xứ Phi này. Vì vậy, tôi bận rộn cả ngày, không có thì giờ để buồn vẩn vơ. Tôi về nhà ăn uống, phụ nhau dọn dẹp với mọi người trong nhà, rồi đánh một giấc ngon lành cho đến sáng hôm sau.

Trong trại, hầu hết các công việc là thiện nguyện, nhưng đặc biệt có hai công việc được "trả lương" là đi dạy và làm ở văn phòng vệ sinh, phụ trách việc dọn dẹp trại sạch sẽ và đổ rác hằng ngày. Với hai việc này, mỗi người nhận được 100 peso tiền Phi mỗi tháng. Nói là lương cho oai chứ thật ra chỉ là một món tiền tượng trưng, theo hối suất thời đó tương đương 5 đô-la Mỹ. Tôi rất dè xẻn, mỗi tháng lãnh tiền ra chỉ tiêu có một ít, còn lại đổi thành đô-la, cất để dành chờ ngày định cư để mua áo quần mặc đi máy bay cho bảnh. Tuy vậy, mỗi cuối tháng tôi vẫn thường mời mọi người trong nhà đến "coffee shop" trong trại—cũng của các bà xơ CADP làm ra để gây quỹ—ở đó chúng tôi cùng nhau thưởng thức những món ăn rất Việt Nam như phở hay chả giò, và tự thưởng cho mình những chai nước ngọt ngon lành *made in the Philippines* mà hồi còn ở Việt Nam có tiền đâu để uống. Tiêu tiền vào tiệm ăn đó, coi như chúng tôi đã "lại quả" một phần nào cho tổ chức CADP, để các xơ lại có tiền chi phí cho biết bao nhiêu sinh hoạt hằng ngày trong thế giới nhỏ của trại tỵ nạn này.

Quỳnh Tiên, hẳn là buồn vì chưa được nước nào nhận mà lại cò sắp phải xa tôi. Ở với nhau lâu ngày, chúng tôi trở nên thân nhau như chị em ruột thịt. Ngày xưa, khi đến nhà Việt, mỗi lần tình cờ gặp Quỳnh Tiên cũng ghé chơi, tôi cũng chỉ trao đổi vài lời với cô bé cho có lệ. Nào ngờ có ngày hai đứa gặp nhau nơi trại tỵ nạn này. Bên cạnh nỗi buồn, Quỳnh Tiên cũng vui cho tôi, lo lắng, dặn dò tôi đủ thứ. Ngày tôi ra bến tàu để được đưa lên trại Bataan, gần thủ đô Manila, để học văn hoá Mỹ trước khi qua định cư, Quỳnh Tiên và hai mẹ con Thảo, Trang đều ra đưa tôi đi, bịn rịn không muốn rời nhau. Tôi lấy trong ví ra tờ 50 đô-la của cậu Cảnh cho vẫn còn y nguyên đó, đưa cho Quỳnh Tiên và nói:

"Khi nào em có dịp gởi tiền về nhà, cho chị gởi theo chút này, một nửa để ba em thuốc thang, còn nửa kia nhờ mẹ em chuyển giùm đến Việt nhe. Nhưng em nhớ đừng nói với Việt là tiền này của chị gởi. Cám ơn em nhiều lắm!"

Vậy là tôi đi, trên một chuyến hải hành khác, lần này có chỗ giường nằm đàng hoàng trên con tàu hướng về một hòn đảo khác ở phía bắc xứ Phi ngàn đảo. Tàu chạy khoảng gần một ngày thì cập cảng Subic Bay, một căn cứ quân sự của quân đội Mỹ. Từ đó, chúng tôi được chở bằng xe buýt về hướng nam, đến thành phố Morong, thuộc tỉnh Bataan, nơi có trại tỵ nạn chuyển tiếp PRPC (Philippine Refugee Processing Center). Trại tiếp nhận tất cả những người đã được chính phủ Hoa Kỳ chính thức cho đi định cư tại Mỹ với diện tỵ nạn chính trị từ các trại tỵ nạn ở Đông Nam Á, hay những gia đình được thân nhân ở Mỹ bảo lãnh trực tiếp từ Việt Nam qua. Ngoài người Việt, trại còn có người Miên, người Lào và người H'mong, rất ư là "quốc tế".

Mặc dù tên chính thức của trại là PRPC, mọi người vẫn quen miệng gọi một cách thân mật là "trại Bataan". Trại tỵ nạn này lớn gấp nhiều lần so với trại cũ của tôi, gồm đến 10 vùng khác nhau, có đường trải nhựa cho xe buýt và xe hơi chạy, không thua gì một thành phố thực thụ. Cuộc sống ở đây "văn minh" hẳn ra. Nhà cửa cất bằng gỗ và mái tôn, mỗi nhà có hai tầng. Trong trại có nhiều tiệm ăn, tiệm cà-phê, có bán loại chè *halo-halo* đặc biệt của người Phi. Dân Phi chẳng khác gì người Việt là mấy, cũng ăn hột vịt lộn (mà họ gọi là *balut*) và ăn xoài xanh chấm nước mắm y như người mình nữa! Khắp 10 vùng trong trại có chỗ họp chợ, chùa chiền, nhà thờ và các dãy lớp học hết sức khang trang. Sáng sáng, học trò ra đứng chờ xe buýt đón đến trường, một cảnh tượng thật đẹp và tràn đầy cảm hứng.

Tụi tôi thường bảo nhau "Đến Bataan là đã thấy nước Mỹ... lờ mờ rồi đó!" Thật vậy, khi còn ở trại tỵ nạn, chẳng ai biết rõ khi nào mình mới được một nước thứ ba nhận. Còn qua đến Bataan, thời gian ấn định rõ ràng là 6 tháng. Trong suốt thời gian đó, ai cũng vào các lớp gọi là CO (Cultural Orientation), do các giáo viên người Phi đảm nhiệm. Tôi được nhận làm AT (Assistant Teacher), đứng bên cạnh giáo viên để thông dịch cho mọi người trong lớp. Các giáo viên Phi nói tiếng Anh lưu loát, nhưng tất nhiên có âm hưởng Phi trong giọng nói của họ.

Sáu tháng ở trại này qua nhanh như một giấc ngủ trưa. Mới đó mà đã đến ngày kết thúc các khoá học CO. Thầy trò trong lớp tổ chức liên hoan, cám ơn và chia tay nhau. Các giáo viên lại chuẩn bị cho những khoá học mới, còn chúng tôi nôn nao chờ ngày lên đường. Một dàn xe buýt chở những người đi định cư, băng qua đèo núi hiểm trở, đến thủ đô Manila náo nhiệt mà ngày xưa tôi chỉ biết loáng thoáng qua báo chí, sách vở. Đêm ngủ ở trại transit ở Manila, tôi lại thao thức, thấy mình như chơi vơi giữa nhiều thế giới khác nhau. Xin tạm biệt và cám ơn Phi Luật Tân, xứ sở của những người dân thân thiện, hiền lành, đã cưu mang những người vong quốc lưu lạc đến đây trong thời gian qua...

Chuyến bay của hãng Philippine Airlines đưa nhóm người của chúng tôi qua phi trường Narita ở Nhật để quá cảnh. Sau đó, chúng tôi đáp một chuyến bay khác đến thẳng Los Angeles, California, cho tôi và mọi người bắt đầu một quãng đời mới. Lúc chiếc máy bay đứng lại trên đường băng, rồ máy thật mạnh lần chót để chuẩn bị cất cánh, bất giác tôi nhớ đến hai câu hát trong một bài ca nào tôi đã quên tên *"Ra đi là hết rồi. Quay nhìn đoạn đời trôi..."*

*Ra đi là hết rồi.* Có thật vậy không, Thuỳ Linh?

# CHƯƠNG 25

Nước Mỹ chào đón tôi một cách hết sức bình thản, như tấm bảng "Welcome to the Unites of America" lặng lờ treo trên bức tường đối diện với các hành khách từ trong khoang máy bay bước ra. Mỗi ngày, phi trường quốc tế này đón bao nhiêu ngàn người từ khắp nơi trên thế giới đến đây? Tôi chìm vào một thế giới mới, xa lạ, rộn rịp—thế giới được mệnh danh là một cái *melting pot*—với những con người chung quanh lao xao nói cười bằng bao nhiêu ngôn ngữ khác nhau.

Rồi ngày tiếp ngày, tháng tiếp tháng, năm này nối qua năm nọ. Thoạt đầu, thời gian tôi ở Mỹ thật là ít ỏi so với những năm tháng còn ở quê nhà. Như một giấc mộng dài, một hôm tôi giật mình tính lại thấy thời gian của mình sống nơi đây đã hơn quãng đời của tôi ở Việt Nam! Khi mới qua, tôi được cho đi học nghề rồi thi vào làm công chức của một cơ quan chính phủ tiểu bang. Cuộc sống của tôi thật bình lặng, y như ngày xưa người ta có câu thành ngữ *"Sáng vác ô đi, chiều vác ô về"*.

Cùng sở với tôi có anh chàng tên Huy. Có hai lý do để chúng tôi quen biết và thân nhau: trong sở không có nhiều người Việt, và anh chàng này hồi trước cũng có ở trại Palawan, tuy không cùng thời điểm với tôi. Đề tài về kỷ niệm những ngày tỵ nạn, nhất là cùng ở một nơi, đã khiến chúng tôi thích nói chuyện với nhau, cùng ôn lại những gì trải qua ở xứ Phi ngày trước.

Huy bảo:

"Thuỳ Linh và tôi có nhiều điểm giống nhau quá há. Đứa nào cũng ra đi một thân một mình, chẳng có bà con thân thuộc gì ở đây cả."

"Như vậy dễ thông cảm nhau hơn,"—tôi cười đáp, lần đầu tiên mới thật sự để ý đến anh chàng này—"Hắn cũng hiền, có vẻ thật thà, mặt mũi ngó cũng không đến nỗi nào,"—tôi nghĩ thầm như vậy.

Dần dần, chúng tôi thân nhau đến giai đoạn đã cùng nhau đi ăn trưa, rồi qua ăn tối, rồi bắt đầu thắc mắc về quá khứ của nhau.

"Anh Huy chắc hồi ở Việt Nam có nhiều bồ lắm phải không?"—một lần, tôi tinh nghịch hỏi.

"Sao Thuỳ Linh lại hỏi vậy? Bộ tôi nhìn giống *Don Juan* lắm hay sao?"—Huy cười chúm chím, trông anh ta cũng điệu đà lắm.

Tôi cười theo:

"Linh đoán vậy thôi chứ không có trông mặt mà bắt hình dong gì hết."

Huy nói, giọng trở nên trầm ngâm:

"Linh đã hỏi thì tôi cũng kể. Hồi bên đó, tôi có cô bạn gái tên Huyền Chi, xinh xắn và dễ thương lắm. Hai bên gia đình đã đồng ý là khi chúng tôi sẵn sàng thì sẽ cho cưới nhau. Nhưng không ngờ..."—giọng Huy nghẹn lại, một lát sau anh mới nói được tiếp—"Huyền Chi bị một cơn bạo bệnh và mất đi chỉ trong vòng vài tháng sau đó. Tôi đau khổ lắm, bỏ nước ra đi là để trốn chạy một chế độ độc tài, mà cũng là để trốn chạy thảm kịch của chính mình. Nhưng... thảm kịch là ở trong lòng, trốn chạy đi đâu mới được!"

Tôi ngồi im hồi lâu rồi mới ngập ngừng cất tiếng:

"Thuỳ Linh xin chia buồn với anh Huy. Anh mà không kể chuyện này thì chắc Linh không thể nào biết đằng sau con người trầm lặng của anh có một nỗi buồn sâu xa như vậy đâu."

Huy cũng im lặng một lúc, rồi đổi buồn thành vui, hỏi lại tôi:

"Như Thuỳ Linh nói, đằng sau mỗi con người là những nỗi niềm sâu kín, phải vậy không? Thế thì Linh có những nỗi niềm gì? Hồi đó có quen anh chàng nào chưa? Hay là có nhiều anh chàng như Linh đã hỏi tôi có nhiều bồ không vậy?"

Tôi khẽ nhún vai, bối rối. A, mình làm khó người ta, bây giờ tới phiên người ta làm khó mình đây. Tôi nhẩn nha lựa lời để nói một cách chung chung:

"Linh hả? Linh cũng có quen vài ba anh chàng. Người thế này, người thế nọ. Vui cũng có, mà buồn cũng có. Rồi cũng không đi tới đâu... À, thật ra Linh cũng có một nỗi buồn hơi giống nỗi buồn của anh Huy, tuy không thể nào thật sự so sánh được."

Huy tò mò:

"Nỗi buồn gì vậy Linh? Tại sao chỉ hơi giống nỗi buồn của tôi mà thôi?"

Tôi ngậm ngùi đáp:

"Giống là vì Linh cũng có một người bạn đã mất, nhưng khác là Linh và anh ấy chỉ mới có tình cảm ban đầu với nhau thôi, chưa đi đến đâu thì anh ấy đã không còn nữa. Linh không đủ can đảm để kể cho anh Huy nghe về cái chết của anh ấy đâu."

Huy tôn trọng nỗi buồn của tôi, ngồi im không nói gì nữa. Có lẽ anh muốn dùng sự im lặng thay vì nói một lời chia buồn xã giao.

Người ta tìm đến nhau vì nhiều lý do, còn Huy và tôi thấy ở nhau nhiều hoàn cảnh tương đồng, nhưng hai tâm hồn không nhất thiết là đồng điệu. Chúng tôi là hai kẻ tha hương, không bà con thân thích. Hoàn cảnh đưa đẩy đến chỗ gặp nhau, có người xẻ chia tâm sự, cảm thấy bớt cô đơn, buồn nản ở chốn quê người. Người này thấy người kia "cũng được được, cũng hiền hiền", gặp nhau lâu ngày thành thói quen, dần dần trở thành hai người bạn. Lâu ngày chày tháng, tình cảm của hai chúng tôi đi xa hơn tình bạn một chút, nhưng tôi có thể quả quyết rằng đó không phải là tình yêu. Tôi thấy tình cảm của Huy đối với tôi cũng lửng lơ ở chừng mực đó, vì tôi không cảm được ở tôi hay ở anh có một đam mê cháy bỏng nào mà người này dành cho người kia, như tình yêu vẫn thường được định nghĩa.

Có một nhạc sĩ nào đó đã viết *"Khi bơ vơ còn nhiều thì đâu chối bỏ tình yêu"*. Tình yêu giữa Huy và tôi đã dành là không có, nhưng bơ vơ thì quả chúng tôi đang bơ vơ rất nhiều. Và ngó qua ngó lại, chúng tôi cũng không có ai khác. Thế nên, một ngày nọ, Huy ngỏ lời muốn cưới tôi làm vợ, tôi đồng ý ngay mà không hề đắn đo, tính toán. Đám cưới của chúng tôi thật nhỏ, diễn ra ở một cái *club* cũng nhỏ xíu ở ngoại thành Los Angeles, với dăm ba người đồng nghiệp trong sở. Không có một tuần trăng mật tiếp theo. Đám cưới tối thứ Bảy, sáng thứ Hai chúng tôi vẫn đi làm, như thể cuối tuần qua không có một sự kiện nào trọng đại vừa xảy ra trong đời mình. Chưa bao giờ tôi "tỉnh táo" như thế, tỉnh táo đến độ gần như dửng dưng, mà chính mình cũng không hiểu nổi. Nhưng tôi biết Huy cũng vậy, cũng chỉ cảm thấy một chút gì êm ái, nhẹ nhàng, bình an khi hai đứa ở bên nhau. Vậy thôi. Không có ngọn lửa nồng cháy nào. Không có khát khao muốn chiếm hữu. Không nghe từng tế bào, thớ thịt trong thân thể run rẩy khi kề cận nhau. Đúng là tình yêu không có mặt trong hôn nhân của chúng tôi. Nhưng có lẽ như vậy mà hay. Không tha thiết điều gì cho lắm thì chắc sẽ không sợ mất. Mà có mất chắc cũng không đến nỗi phải buồn da diết. Có lẽ thế.

Sau đám cưới của Huy và tôi không lâu, tôi nhận được hai tin vui và một tin buồn. Tin vui thứ nhất là Thuỷ Trúc cũng đã đến được bến bờ tự do. Chúng tôi có gặp nhau lại được một lần ở Cali, mừng mừng tủi tủi, nói không cạn lời. Nhưng ngay sau đó thì Thuỷ Trúc phải theo chồng sang Florida định cư nên từ đó trở đi, chúng tôi chỉ thư từ hay điện thoại với nhau. Tin vui thứ hai là Quỳnh Tiên đã được định cư, đang sống ở San Jose. Ngày Quỳnh Tiên bắt lại được liên lạc với tôi, cũng là ngày cô báo cho tôi biết là Việt mới mất được vài tháng ở Cam Ranh. Tôi nhận một lần từ Quỳnh Tiên hai mẩu tin trái ngược với nhau đó, cảm xúc thật lẫn lộn, tơi bời trong tôi.

Những kỷ niệm giữa Việt và tôi chợt trở về, ồ ạt như thác lũ, như một cuốn phim chiếu nhanh qua, phóng lại từng phân cảnh tiếp nối nhau, có khi bị đứt đoạn, của một đời người. Cuộc đời của một người, dẫu ít dẫu nhiều, cũng ảnh hưởng đến cuộc đời của nhiều người khác. Tôi bùi ngùi ôn lại những ngày xưa ấy. Nhưng rớt được giọt mắt nào xuống cho Việt thì quả tình là không có. Tình yêu ngày cũ đã chết thật rồi sao, hay con người tôi, dẫu còn yêu cũng đã trở thành gỗ đá? Tôi không biết. Tôi thấy mình như một cuốn sách mà độc giả duy nhất cũng chính là mình. Cuốn sách vô cùng khó hiểu, đọc hoài vẫn không biết đâu là thâm ý. Cuốn sách chứa đựng một thứ ngôn ngữ câm lặng, như những mật mã không tài nào giải nổi. Việt yên nghỉ đi nhé. Thế giới này giống như một phi trường, kẻ đến người đi. Kẻ đi trước, người đi sau. Thuỳ Linh không chắc được về bất cứ điều gì trên đời này cả, nhưng có một điều mà Linh lấy làm vô cùng chắc chắn: Việt đã chết rồi; Việt sẽ không giờ chết nữa. Thuỳ Linh đoan chắc như thế.

Trong một lần đi khám sức khoẻ thường niên, ông bác sĩ già người Mỹ ái ngại nhìn tôi sau cuộc khám tổng quát:

"Tôi nói điều này mong bà đừng buồn, bà không thể có con được."

Tôi nghe những lời ấy mà không biết nên vui hay buồn. Về nhà, tôi kể lại cho Huy nghe. Anh không nói gì, chỉ ôm nhẹ lấy bờ vai tôi, không hiểu là để an ủi tôi hay để thay cho một lời nào khó nói. Cuộc sống vợ chồng không tình yêu, không con cái của chúng tôi cứ thế mà kéo dài từ ngày này qua tháng nọ. Huy và tôi như hai chiếc bè lênh đênh trên sóng nước, cứ mỗi ngày lại một dạt ra xa nhau thêm. Đến một hôm nào, tôi giật mình nhìn qua Huy đang nằm bên cạnh, thấy anh vừa quá gần gũi, mà cũng quá xa xôi. Anh nằm đó mà hồn để đâu đâu. Nhưng còn tôi, tâm hồn tôi cũng có ở đây đâu? Đúng là đồng sàng dị mộng. Nhưng giữa hai chúng tôi, giấc mộng nào còn lại trong đời?

Thế rồi chúng tôi ngậm ngùi chia tay nhau. Thật dễ dàng, mà cũng thật phi lý. Trong hai năm chung sống, chúng tôi chưa hề nặng lời với nhau, không hờn giận, không trách móc nhau điều gì. Cũng dễ hiểu, khi không đặt hoài vọng vào người nào, làm sao chúng ta phải hờn trách người đó vì bất cứ lý do gì. Huy và tôi, chắc hai đứa chỉ có nợ, còn duyên thì cũng không là mấy. Và món nợ này cũng nhỏ, chỉ trả cho nhau trong vòng hai năm ngắn ngủi. Vậy là đường ai nấy đi. Có những con người hiện vào đời nhau chóng vánh, rồi nhạt nhoà, tan biến đi, tưởng chừng như chưa hề gặp gỡ.

Nhưng tôi cũng buồn lắm lắm, mà không thể đặt tên cho nỗi buồn đó. Tôi cảm thấy không thể nào tiếp tục sống thành phố này nữa, nơi tôi có nhiều kỷ niệm với Huy, dẫu chỉ là những kỷ niệm mơ hồ như sương khói. Vừa may, nơi tôi làm thông báo có chỗ trống trong một chi nhánh ở một thành phố về hướng nam của San Diego, tôi xin thuyên chuyển về đó ngay. Thành phố nằm sát biên giới với Mễ Tây Cơ này có tên gọi là Chula Vista. Trong tiếng Tây Ban Nha, 'chula' là tên một loại cây giống như xương rồng, cao to và đẹp, nhưng lá có chất độc rất mạnh. Tuy vậy, tên thành phố này chỉ có nghĩa nhẹ nhàng là 'cảnh đẹp', đúng như vẻ đẹp êm đềm của nó.

Về đây, tôi có cảm giác như vừa trở lại với chính mình. Chỉ còn ta với ta. *Không còn ai, đường về sao quá dài*, lời hát trong bài "Phôi Pha" đã kêu rêu như thế. Nhưng không dưng tôi lại thích đường dài. Có câu hát tiếng Pháp nào chợt hiện về trong trí nhớ của tôi *"Je ne suis jamais seule car la solitude est toujours avec moi"—Tôi không hề cô đơn, bởi lẽ tôi luôn luôn có nỗi cô đơn bên cạnh.* Tôi thật sự yêu thích cuộc sống mới mẻ này, và biết rằng đó sẽ là chặng chót của cuộc đời mình. Viết thư về nhà, tôi không cho ba má tôi biết về chuyện đổ vỡ giữa tôi và Huy. Ông bà đã cao tuổi rồi, chẳng còn sống bao lâu nữa, biết ra chỉ buồn cho tôi mà cũng chẳng làm được gì.

Tôi mua một căn nhà nhỏ, hai phòng ngủ, không xa biển là mấy. Biển ở đây cũng thuộc về Thái Bình Dương như biển bên nhà, nhưng là bên bờ này, xa ngai ngái. Phía trước nhà tôi có một mảnh vườn xinh xinh và hàng giậu xanh mướt, cùng những loài hoa mà tôi hằng yêu thích. Đã từ lâu, tôi đâm ra mê làm vườn, chăm hoa, tỉa lá, thủ thỉ chuyện trò với cỏ cây. Chiều chiều, những hôm trời nắng ráo, tôi ngồi trên xích đu, hít hà mùi gió biển lồng lộng từ vịnh San Diego thổi vào, nhìn hoa, ngắm lá và nghe tiếng chim hót đâu đó trong những tàng cây cao. Thấy lòng vô cùng bình yên, nhưng cũng chợt nhớ quê nhà quá đỗi. *"Chắc mình phải về thăm ba má một lần mới được,"*—tôi thầm nhủ với mình như thế.

# Phần V

# Sông Khai Ngộ

# CHƯƠNG 26

Xe đò vừa vào Phan Rang thì kỷ niệm cũng vừa tràn về thốc tháo trong lòng tôi, như làn gió nóng của miền Trung nắng cháy đang hăm hở lùa qua các khung cửa xe. Tôi gỡ đôi kính mát xuống để nhìn hai bên đường cho rõ hơn. Phan Rang. Con đường Thống Nhất. Bốn mươi năm. Nhưng tôi ngạc nhiên vì thấy mình không đến nỗi lạc lõng sau những năm tháng dài như thế. So với nhiều thành phố khác, Phan Rang dường như không thay đổi gì mấy. Rõ ràng là con đường cũng như mấy thập kỷ qua, không được mở rộng ra chút nào. Từng hàng cây cổ thụ dễ đến trăm năm vẫn còn lác đác chạy dài theo hè phố. Nhà cửa có lô nhô nhiều căn cao hơn trước, nhưng chưa đủ để thành phố có một khuôn mặt khác lạ đối với người lữ khách lâu ngày vừa trở lại.

Tôi không còn nhớ nhà Khải ở khúc nào. Nhớ sao được, khi thời gian đã chập chùng chồng lên nhau, chồng lên ký ức, chồng lên cảm xúc, chồng lên biết bao nhiêu cảnh vật, chồng lên biết bao nhiều con người ẩn hiện trước sau trong những đoạn đời khác nhau. Nhưng có một điều tôi còn nhớ rất rõ. Đó là hình ảnh mình và Thuỷ Trúc ngại ngùng đứng trước nhà Khanh, một căn phố mặt tiền bày bán những mặt hàng tạp hoá. Tôi còn nhớ cảm giác buồn buồn lúc đó, khi nắng trưa đang dần thẫm màu trên con phố ngái ngủ của đường Thống Nhất. Khải rất ngạc nhiên khi thấy hai cô bạn cùng lớp đứng thập thò trước cửa. Thuỷ Trúc nhanh miệng chào Khải trước và vào đề ngay:

"Tụi này mới đi thăm Vũ ở Phước Thiện về. Đi xe ôm hai vòng hết cả tiền. Cảm phiền Khải cho tụi này mượn một ít mua vé xe lửa về lại Nha Trang."

Tôi cũng nhớ là vì Thuỷ Trúc đã nói hết những điều khó nói rồi, lúc ấy tôi chỉ biết nở một nụ cười gượng gạo với Khải như để thầm phụ hoạ với bạn. Khải cũng biết tình cảnh đó khá tế nhị nên vồn vã mời hai cô bạn vào uống nước, ân cần hỏi thăm về những ngày hè vừa qua của hai đứa ở Nha Trang, và không quên giúi nhanh vào tay Trúc mấy tờ giấy bạc còn nguyên nếp gấp.

Không biết bây giờ Khải còn ở đây hay không, làm gì, vợ con ra sao. Tôi nghe mình thở dài thật nhẹ, hai mắt thoáng cay cay. Chiếc xe đò rời đường Thống Nhất, rẽ trái, đi thêm một đoạn rồi từ từ đỗ vào bến xe. Bây giờ cũng là buổi xế trưa như mấy mươi năm trước. Cũng là trời đất Phan Rang. Nắng vẫn còn một màu vàng như mật ong như ngày nào. Thuỷ Trúc bây giờ đã vĩnh viễn nằm trong lòng đất ở một nơi xa nơi đây lăng lắc, một thành phố nhỏ ở tiểu bang Florida. Tôi đang quay lại chốn cũ, đón chuyến xe khách cuối cùng trong ngày về Phước Thiện để gặp lại Vũ. Giờ này chắc anh cũng đang trông tôi lắm đây.

Ngày trước, tôi có hẹn lòng là sẽ tìm gặp lại Vũ khi tự thấy tình cảm của mình đã hoàn toàn nguội lạnh. Thật ra, chuyện đó xảy ra nhanh hơn tôi tưởng. Thuở ấy, tôi tự cho mình năm năm để quên Vũ, nhưng chỉ mới một năm sau, tình yêu của Việt đã làm tôi quên Vũ đi thật chóng vánh. Không có liều thuốc nào chữa căn bệnh tình yêu hiệu nghiệm bằng một tình yêu khác. Đến khi nhận được lá thư của Vũ gởi đi từ Việt Nam sau nhiều năm không liên lạc, tôi đang ở California, mới bắt đầu bước vào tuổi bốn mươi. Tôi lạnh lùng nhìn dòng chữ nắn nót quen thuộc của Vũ từ thời còn đi học. Lúc đọc thư, một lần nữa tôi thấy rõ trong lòng mình không còn mảy may sót lại một chút cảm xúc nào. Lúc ấy, tôi bỗng mỉm cười một mình với ý nghĩ rằng giá mấy mươi năm trước mình được diễm phúc đọc những dòng chữ của Vũ như thế này thì tuổi mới lớn của mình chắc đã vui thêm biết mấy!

Sau đó ít lâu, Vũ và tôi hẹn nhau ngày giờ để nói chuyện qua điện thoại viễn liên. Thời đó internet ở Việt Nam còn hiếm hoi, Vũ phải chạy ra một quán café internet để gọi cho tôi. Đường dây không nhạy, mỗi lần ai nói một câu xong phải đợi thật lâu người bên đầu dây kia mới trả lời. Chẳng khác gì một cuộc đối thoại từ hai thế giới khác nhau. Câu chuyện hai bên trao đổi thật lạt lẽo, tôi nói như người không hồn, chỉ mong mau kết thúc cuộc điện đàm. Cúp máy xuống, tôi bùi ngùi tiếc nhớ những cảm xúc bồng bột nhưng cũng thật nồng nàn thời thanh xuân, giờ không tìm đâu thấy nữa.

Nhưng năm tháng rồi cũng có thể đổi thay những suy nghĩ, những tình cảm sâu kín trong lòng. Cuộc sống của tôi khép lại sau cuộc ly dị với người chồng trong một cuộc hôn nhân không tình yêu, không con cái. Tôi lao vào những hoạt động từ thiện trong cộng đồng địa phương để bớt đi những giờ phút trống trải. Đây là lần đầu tôi trở về Việt Nam, theo chân một nhóm bác sĩ chữa mắt miễn phí cho trẻ em trong các viện mồ côi ở phía Nam. Ở Sài Gòn, tôi tình cờ gặp lại Quân, một bạn học cũ của tôi và Vũ. Quê của Quân ở Hộ Diêm, không xa Phước Thiện của Vũ là mấy. Khi tôi hỏi thăm về Vũ, Quân cho biết là Vũ vẫn khoẻ, nhưng vợ Vũ là Ái mới mất vài năm nay. Lúc chia tay, Quân cho tôi số điện thoại của Vũ.

Buổi tối hôm ấy, sau khi làm việc với nhóm bác sĩ ở một viện mồ côi ở Gò Vấp, tôi trở lại khách sạn với một tâm trạng bồi hồi khó tả. Sau bữa cơm chiều ăn vội vàng, tôi ngồi thẫn thờ trên chiếc sofa cạnh cái cửa sổ kính, nhìn xuống thành phố đã lấp loáng lên đèn. Xe cộ như mắc cửi ngược xuôi qua lại. Không dưng tôi thấy thật lạc lõng và cô đơn trong căn phòng máy lạnh đang chạy vù vù. Trong cả nước Việt Nam mênh mông này, lần đầu tiên tôi mới cảm nhận được sự cô độc của mình. Tôi không còn gia đình hay bà con thân thuộc gì ở đây nữa. Ba má tôi đều đã quy tiên; ngày trở lại của tôi không còn được như lời tôi tự hứa. Bạn bè ngày xưa mỗi người một ngả.

Như một phản xạ, tôi với tay lấy chiếc điện thoại, tìm số của Vũ để bấm vội bấm vàng dãy số dài.

# CHƯƠNG 27

Và đó là lý do bây giờ tôi đang ngồi trên chiếc xe khách nhỏ, cùng với những hành khách dường như đã mệt nhoài sau một ngày dài nóng bức. Từ Phan Rang đến Phước Thiện, bây giờ người ta có thể đi lại thuận tiện hơn trên đường tráng nhựa. Ngày xưa, tôi và Thuỷ Trúc, hai cô gái mới lớn, đã thật là liều lĩnh khi ngồi sau lưng một người đàn ông xa lạ đi xe ôm từ ga Tháp Chàm về thôn Phước Thiện. Tôi nhắm mắt lại, cố hình dung ra hình cảnh vừa buồn cười, vừa tội nghiệp đó. Hồi đó chiếc xe gắn máy chở hai cô gái trên đường đất, chỗ lồi, chỗ lõm, chỗ chênh vênh, hai bên gần như là đồng không mông quạnh. Bây giờ, chạy dọc theo con lộ là nhà cửa san sát, hàng quán hết cái nọ tới cái kia. Tôi chợt cảm thấy xa lạ trong chiếc xe ngột ngạt, trong cảnh vật hai bên đường, mặc dù hiểu hết ngôn ngữ lao xao của những người chung quanh mình.

Chiếc xe uể oải đậu lại ở đầu thôn khi những tia nắng cuối cùng cũng vừa buông xuống. Nhiều đứa trẻ trần trùng trục đang đá banh trên khoảng đất trống còn lại, cạnh một vài chiếc xe khác như đang thiu thiu ngủ trong nắng quái chiều hôm. Hành khách lục tục bước xuống. Vũ nhác thấy tôi vừa xuống xe. Anh vội vàng đi tới, thốt lên:

"Thuỳ Linh!"

Tôi nhớn nhác nhìn người vừa mới gọi tên mình, rồi cũng khẽ nói như reo:

"Anh Vũ!"

Vũ mau mắn đỡ lấy cái túi xách trên tay tôi. Anh chỉ về phía trước:

"Xe tôi đậu đằng kia. Từ đây về nhà đi bộ cũng hơi xa."

Xe của Vũ là một chiếc gắn máy cũ kỹ hiệu Honda. Tôi vừa đi vừa cười bảo Vũ:

"Ngày xưa Thuỷ Trúc và tôi đi xe ôm đến thăm anh. Bây giờ anh lại làm tài xế xe ôm cho tôi."

Vũ nheo mắt:

"Chuyện gì cũng có thể xảy ra được há. Thuỳ Linh đi xe có mệt không?"

Tôi lắc đầu:

"Không mệt bằng chuyến xe từ Sài Gòn ra Phan Rang đâu anh."

Vũ cột cái túi xách của tôi vào cái yên sau xe, chừa một chỗ vừa vặn cho tôi ngồi. Chiếc xe phóng đi, để lại một làn bụi mỏng phía sau. Trời nhá nhem tối, bắt đầu có những làn gió mát như để bù đắp lại một ngày oi bức của quê hương gió cát. Tôi vòng tay ôm eo Vũ, nhưng chỉ giữ hờ, lỏng lẻo, chứ không dám ôm chặt. Mùi đồng ruộng và mồ hôi toát ra từ chiếc áo khaki sờn rách trên người Vũ. Chợt tôi lại có cái ước ao đầy tiếc nuối như cảm giác lúc đọc lá thư của Vũ, rằng giá như ngày xưa mình có dịp tựa đầu vào tấm lưng trai tráng của Vũ trong những ngày tình yêu đang là trái đắng...

Xe chỉ chạy một thoáng là đến nhà Vũ. Vẫn là căn nhà của bao nhiêu năm về trước, khi Thuỷ Trúc và tôi bỡ ngỡ bước vào. Căn nhà tăm tối, ánh sáng của hai chiếc néon không đủ xua tan vẻ ảm đạm, u trầm đang bao phủ khắp nhà. Mùi ẩm mốc hăng hăng bay vào mũi tôi. Tôi nhìn quanh quất. Không có ai trong nhà ngoài chủ nhân của nó. Tôi có cảm tưởng thời gian đã quên ghé qua căn nhà câm lặng này trong ngần ấy năm trời. Tưởng như ngày xưa lúc tôi đến là một cô gái, nay trở lại đã là một phụ nữ đứng tuổi, không có gì xảy ra trong đó cả.

Vũ đặt cái túi xách của tôi xuống một cái ghế, kéo tay tôi đến gian phòng thờ ngay giữa nhà, chỉ cho tôi xem một bức ảnh bên cạnh những bức đã cũ hơn:

"Hình của Ái đó. Ái mất cũng ngót nghét ba năm rồi."

Tôi hỏi xin Vũ một cây nhang. Vũ giúp tôi mồi lửa. Chắp hai tay lại, tôi nâng cây nhang lên ngang vầng trán, lâm râm khấn vái, thầm xin bà chủ nhà cho phép đến thăm gia đình. Cắm cây nhang vào bát nhang xong, tôi quay lại nói với Vũ:

"Xin chia buồn cùng anh. Chắc anh không nhớ đâu, nhưng tôi vẫn còn nhớ như in ngày anh đưa tôi và Thuỷ Trúc qua thăm Ái, lúc hai ông bà sắp lấy nhau."

Vũ nhìn tôi đăm đăm:

"Linh nhớ gì?"

Tôi nhìn thẳng vào bức chân dung của Ái. Đôi mắt của người chết trong ảnh lúc nào cũng như thật có hồn, luôn luôn hướng về người đang nhìn ảnh, dù người đó đang đứng chỗ nào đi nữa. Tôi nói như đang trong giấc mơ:

"Tôi nhớ Ái thật dịu dàng, có phần nhút nhát nữa. Ái xưng hô với tôi và Thuỷ Trúc rất trịnh trọng. Tôi còn nhớ là ngay lúc đó, Ái đang nghe một bài nhạc Pháp trong máy cassette mà tôi rất thích."

Vũ hỏi, giọng cũng như đang mê ngủ:

"Linh còn nhớ bài đó là bài gì không?"

Tôi say sưa đáp:

"Làm sao tôi quên được. Bài đó là bài *Ensemble* do Art Sullivan hát. Bài hát đó trở thành một ám ảnh của tôi, cùng với bài *Une belle histoire* của Michel Fugain.

Tôi quay lại nhìn Vũ :

"Ở bên Mỹ, lâu lâu có dịp nghe lại một trong hai bài này, lúc nào tôi cũng nghĩ đến những ngày chúng ta còn đi học với nhau. "

Vũ nhìn lại tôi, rồi nhìn chân dung vợ trên bàn thờ :

"Tôi cũng thích hai bài này lắm. Chính tôi đã tặng cho Ái băng cassette đó. Tôi biết là hôm ấy Ái cố tình để nhạc lúc Linh và Trúc ghé chơi."

Đoạn Vũ nhắc:

"Linh vào trong rửa mặt cho khoẻ. Tôi dọn cơm ra ăn."

Lúc tôi trở ra, khoẻ khoắn trong bộ pyjama màu hồng, Vũ đã ngồi đợi sẵn bên mâm cơm dân dã: một dĩa rau muống luộc, hai khứa cá kho và một tô canh bí với tôm khô, lỏng bỏng nước nhiều hơn cái. Vũ ân cần mời tôi cầm đũa :

"Ở Mỹ lâu năm về, Linh đừng chê cơm nhà quê!"

Tôi nhìn Vũ :

"Nãy giờ tôi chưa hỏi thăm con cháu anh thế nào."

Vũ vừa xới cơm vào chén cho tôi, vừa đáp :

"À, hai thằng con trai của tôi ở cũng gần đây thôi. Thằng lớn có ba đứa con, thằng nhỏ hai đứa. Con gái út của tôi ở Sài Gòn, mới lấy chồng năm ngoái."

Tôi cười nhẹ :

"Vậy anh là ông nội của năm đứa cháu lận!"

Vũ nheo mắt :

"Ông nội này bây giờ ốm o gầy mòn, không còn là "gấu bông" như cô Thuỳ Linh ngày xưa vẫn thường gọi đùa nữa đâu!"

Sau bữa ăn, mọi việc diễn ra gần giống như mấy mươi năm trước, giống một cách dị thường. Cũng là một đêm không trăng, Vũ và tôi cũng ngồi trên bậc thềm trước nhà. Chỉ thiếu Thuỷ Trúc. Tôi ngậm ngùi kể lại cho Vũ nghe vì sao Thuỷ Trúc chết. Khi đêm sâu lắng hơn, cả hai không nói gì thêm nữa. Vũ đưa tôi vào chiếc giường mà ngày xưa tôi đã ngủ lại, cùng với Thuỷ Trúc. Tôi lại nằm thao thức trong bóng đêm, như ngày xưa đã từng thao thức. Rồi tôi chợt tự hỏi : "Tại sao ta lại trở về nơi đây? Một nơi ta đã về và đã trốn chạy như trốn cái bóng của chính mình?" Tôi nằm miên man mãi như thế rồi mới chợp mắt được một chút khi tiếng gà trong thôn đã bắt đầu eo óc gáy.

# CHƯƠNG 28

Khi tôi thức giấc, ánh nắng đã vào sâu trong gian phòng ẩm thấp. Tôi nằm lặng đi một chút rồi mới định thần biết mình đang ở đâu. Lần này tôi đang thật sự ở Việt Nam, không như bao nhiêu giấc mơ trước tôi thấy mình về lại quê nhà, tưởng là thật rồi cuối cùng tỉnh dậy cũng chỉ là một giấc mơ. Vũ đi ngang qua phòng, đứng lại ở ngưỡng cửa, nói vọng vào:

"Thuỳ Linh dậy chưa ? Sửa soạn rồi mình đi ăn sáng nhé."

Khoảng mười lăm phút sau, Vũ và tôi tản bộ trên con đường chính trong thôn. Buổi sáng ở thôn quê khá êm ả, một vài người đi ngang tò mò nhìn người đàn bà ăn mặc khác với những cô gái quê cần mẫn, làm lụng suốt ngày. Vũ đưa tôi đến một quán nhỏ ở giữa thôn, gọi cho hai người bữa sáng. Một cô bé loắt choắt mang cà-phê đến cho hai người, hai dĩa trứng ốp-la, kèm hai ổ bánh mì nóng hổi. Tôi thích thú ngắm nghía cái phin cà-phê mà lâu rồi mình không nhìn thấy. Vị cà-phê nồng nàn làm tôi tỉnh táo hẳn. Vừa ăn, tôi vừa hỏi thăm Vũ thêm về các con cháu của Vũ. Vũ cũng hỏi lại về gia cảnh của tôi. Vừa trả lời Vũ, tôi vừa nghịch những vụn bánh mì trên tay:

"Không biết phải nói là hên hay xui, nhưng tôi đã gặp một người, mà rốt cuộc cũng chẳng được trọn vẹn. Tôi sống một mình ở bên Mỹ, không con cái gì hết."

Câu trả lời của tôi khiến không khí trở nên nặng nề một chút. Khi hai người đã uống hết cà-phê, Vũ đứng dậy bảo:

"Bây giờ tôi đưa Linh đi một vòng thăm thú xem Phước Thiện ngày nay khác với hồi xưa Linh về chơi thế nào nhé."

Chúng tôi đi một quãng xa mới đến một vườn cây rậm rạp, sum sê những trái đủ màu, vàng có, cam có, đỏ có. Vũ chỉ vào những lùm cây xanh mướt, nói với tôi:

"Sắp đến mùa thu hoạch hạt điều rồi đó Linh. Hồi giờ Linh đã thấy trái đào lộn hột chưa?"

Tôi cười nhẹ:

"Có, anh ạ. Ngày xưa tôi tưởng hột điều và trái đào lộn hột là hai thứ không ăn nhập gì đến nhau cả."

Vũ nói, giọng đều đều:

"Bao nhiêu năm nay, nhà tôi phải thay đổi canh tác theo xu hướng của thị trường. Ngày trước tôi trồng thuốc lá, lúc Linh với Trúc về đó. Sau tôi đổi qua trồng nho một thời gian. Bây giờ hột điều là mặt hàng xuất cảng phổ biến nên tôi chuyển qua loại này từ mấy năm nay. "

Anh khẽ thở dài, nói tiếp:

"Tôi cũng sắp giao lại mảnh đất này cho hai cháu, để cho tụi nó lo. Lâu nay làm lụng như vậy cũng đủ rồi."

Tôi làm thinh nghe Vũ nói, người như say nhè nhẹ trong bầu không khí thinh lặng, bàng bạc mùi hương của cây trái, lẫn với mùi nồng nồng của đất. Cả hai quay trở lại, đi ngang ngôi nhà thờ cổ kính trong thôn. Tôi chợ nhớ lại ngày xưa mình hay theo Thuỷ Trúc đi nhà thờ chỉ vì... Vũ. Tôi vừa ngó về phía nhà thờ, vừa nói với Vũ :

"Chắc anh Vũ không ngờ ngày xưa tôi hay đi nhà thờ với Thuỷ Trúc mặc dù không không có đạo."

Đoạn tôi cười to trước khi nói:

"Bây giờ tụi mình già hết rồi, tôi mới có thể thú thật với anh. Ngày xưa tôi yêu anh lắm. Anh là mối tình đầu của tôi. Nói một cách sến sủa, đó là một mối tình đơn phương!"

Vũ cười tủm tỉm:

"Tôi biết chứ."

Tôi nghe như tim mình mới thoát khỏi một sợi dây vô hình buộc vào một tảng đá nặng mấy chục năm trời. Tôi miên man nói tiếp :

"Tôi có hai điều muốn hỏi anh về ngày xưa, lúc tụi mình còn đi học chung lớp ở Nha Trang. Anh còn nhớ lúc đó mình chơi với nhau khá thân, phải không ? Vậy mà hôm đi lao động ở Sông Cầu, tại sao có bữa anh đột ngột giận tôi không duyên cớ gì hết vậy ? Cho đến mấy tuần sau luôn. Thế rồi, điều thứ hai tôi muốn hỏi anh, tại sao ngay trong bữa liên hoan trong lớp trước khi mọi người nghỉ hè, anh lại mang một dĩa bánh ngọt đến cho tôi để làm hoà và nói lời xin lỗi tôi ? Hai câu hỏi này ám ảnh tôi bao nhiêu năm trời nay, anh có biết không?"

Vũ tránh không nhìn tôi, vẫn hướng mắt về phía trước, hắng giọng mấy cái rồi mới đáp:

"Thuỳ Linh à, tôi không ngờ hôm nay tôi lại có dịp bộc bạch về những điều khi chúng ta còn là con nít như ngày xưa đó. Linh cũng biết là sau năm học đó, tôi về nhà cưới Ái làm vợ. Ở nhà quê này chuyện lấy vợ lấy chồng khi chưa tròn đôi mươi là chuyện thường tình. Ái và tôi chơi với nhau từ khi còn thò lò mũi xanh. Hai gia đình coi như chuyện chúng tôi lớn lên, trở thành vợ chồng là điều cố nhiên. Nếu như Linh vừa thố lộ là ngày xưa Linh có yêu tôi, thì tôi cũng phải thú thật rằng hồi đó tôi cũng có cảm tình rất nhiều với Linh. Tình cảm đó có lên tới mức tình yêu chưa thì tôi không chắc, nhưng nhất định nó đã vượt qua tình bạn bình thường. Linh còn nhớ cái đêm ở Sông Cầu, khi mọi người kéo nhau đi qua xã bên cạnh coi phim, chỉ có mình tôi và Linh ở lại trại để nói chuyện với nhau không ? Sau đêm đó tôi thấy lòng mình thật xao xuyến, và tôi cảm thấy có lỗi thật nhiều với Ái khi để trái tim mình đi lạc như vậy. Tôi đã cố giải quyết sự giằng xé đó bằng cách hết sức trẻ con là làm mặt giận với Linh, để hai bên khỏi có cơ hội nào mà gần gũi với nhau nữa."

Tôi nghe mắt mình cay cay và giọng mình nói với Vũ như một lời kêu thương:

"Anh ác lắm, anh biết không ? Cái ác độc của anh vẫn còn làm tôi đau ngay trong giây phút này. Nỗi đau mà tôi tưởng đã quên mất từ lâu. Nhưng tại sao anh lại làm hoà với tôi chứ?"

Vũ quay qua nhìn tôi:

"Bộ Linh tưởng tôi sung sướng lắm khi phải giả vờ giận Linh sao ? Chính vì bị giày vò với việc đó mà tôi nghĩ phải xin lỗi Linh, cho dù tôi biết sau hôm đó có thể chúng ta sẽ không bao giờ gặp lại nữa. Ít nhất giữa chúng ta còn có được một kết thúc đẹp, còn hơn là chia tay một cách khó chịu như vậy"
Tôi đưa tay lên ngăn một giọt nước mắt sắp lăn xuống má, cố phá lên cười một cách gượng gạo :

"Anh Vũ nè, giá bây giờ mà có đứa cháu nội nào của anh nghe được câu chuyện của hai ông bà già mình, chắc nó tưởng đang coi phim *Luỵ Tình Chưa Dứt*!"

Vũ cũng cười theo. Mặt anh nhăn nheo, da đen sạm vì thời gian, mưa nắng. Tôi nghĩ thầm, còn đâu chú Gấu Bông trắng trẻo, tròn trịa, thư sinh ngày xưa đã làm mình một thời điên đảo.

Vũ nhìn lại người bạn cũ. Thuỳ Linh còn đẹp lắm, nhưng bây giờ xa cách với anh làm sao, tuy đang đi sánh đôi với mình. Anh giấu tiếng thở dài, không biết nói gì hơn.

Tôi bỗng nói :

"Ô, anh Vũ đưa tôi ra thăm lại dòng sông một chút nhé."

Vũ nhếch miệng cười:

"Dòng sông bây giờ khác lắm rồi. Linh ra xem sẽ rõ."

Chúng tôi đi đến một dãy hàng quán nằm chắn ngang trước mặt, Vũ nhìn tôi bảo:

"Dòng sông nằm sau dãy nhà này đó Linh."

Tôi đưa hai tay lên ôm ngực. Trời đất, ngày trước, bờ sông rộng thênh thang, thoáng đãng! Tôi còn nhớ cùng Thuỷ Trúc lững thững đi dọc ven bờ, nhìn bọn trẻ chơi đùa, hay những cô gái ngồi giặt bên sông. Còn bây giờ, tôi và Vũ phải len lách qua một lối đi chật hẹp giữa hai quán ăn, mặt đất lầy lội, bẩn thỉu. Dòng sông buồn bã hiện ra trước mắt tôi, nhếch nhác, đầy rác rưởi, mặt nước đen ngòm. Vũ ngậm ngùi nói:

"Con sông êm đềm ngày xưa đã mất rồi Linh ạ, giống như những tháng ngày học trò hồn nhiên của chúng ta vậy, không sao tìm lại được nữa."

Lúc Vũ và tôi quay trở lại nhà, tôi nói, giọng khô khốc:

"Anh Vũ à, tự nhiên tôi có một ý nghĩ hết sức ích kỷ là tôi phải tìm lại dòng sông này, phải tìm lại anh để hỏi cho được những điều tôi hằng thắc mắc. Một lần thôi, để rồi tôi không còn phải nuối tiếc gì nữa. Trong giây phút này, tôi thấy như một cánh cửa vô hình nào đó của quá khứ vừa khép lại, để tôi không còn vương vấn gì đến nó nữa."

Vũ nói, giọng bâng khuâng:

"Rồi Thuỳ Linh lại trở về bên đó à? Linh nhận nước Mỹ làm quê hương sao?"

Tôi nhìn về phía trước như nhìn vào khoảng không:

"Anh Vũ biết quê hương mới tìm thấy của tôi là ở đâu không? Đó chính là thân xác của tôi đây này. Cho dù tôi có đi đâu cùng trời cuối đất đi nữa, tôi vẫn ở trong quê hương tôi. Anh biết không, mỗi buổi tối khi tôi được lên giường nằm sau những công việc hằng ngày, tôi thấy đó là thời khắc an bình nhất. Lúc đó tôi hoàn toàn thuộc về tôi. Không ai có thể bắt tôi làm điều gì trong lúc đó nữa. Tôi đã trở về quê hương của tôi hằng đêm như vậy đó, lúc thân xác và tâm hồn lắng đọng lại thành một. Cảm giác đó thật tuyệt vời. Cố nhiên, cho đến một ngày nào, rồi tôi cũng bỏ quê hương đó mà đi, như bao nhiêu người khác..."

Ánh nắng buổi xế trưa ở thôn Phước Thiện chợt đậm đặc lại một chút, y như nắng trên đường Thống Nhất ở Phan Rang. Xin giã từ Phước Thiện. Giã từ Vũ. Giã từ những giấc mơ vụng dại ngày xưa. Tôi chợt nhớ đến câu hát *"Dòng sông trước kia tôi về, bỗng giờ đây đã khô không ngờ"* của một nhạc sĩ một thời vang bóng. Dòng sông Phước Thiện chưa khô cạn, nhưng cũng không còn như ngày xưa nữa. Gấu Bông không còn nữa. Thuỳ Trúc không còn nữa. Thuỳ Linh cũng coi như không còn nữa. Chỉ có màu nắng vàng như hổ phách bây giờ là dường như từ trước đến giờ chẳng hề nhạt phai.

www.ingramcontent.com/pod-product-compliance
Lightning Source LLC
LaVergne TN
LVHW100145061126
851857LV00010B/249
* 9 7 8 1 0 8 8 2 0 9 1 0 3 *